புகழ்மிக்க விசாரணைகள்

ஜே. பால்பாஸ்கர்

பரிசல் புத்தக நிலையம்

புகழ்மிக்க விசாரணைகள்

ஆசிரியர் : ஜே. பால்பாஸ்கர்
முதல் பதிப்பு: ஜூலை 2022
வெளியீடு : பரிசல் புத்தக நிலையம்
235, P-பிளாக், MMDA காலனி
அரும்பாக்கம், சென்னை - 600 106
பேச: 9382853646, 8825767500
மின்னஞ்சல்: parisalbooks2021@gmail.com
பக்க வடிவமைப்பு: யு.நிலா
அச்சாக்கம்: ரவி ராஜா பிரிண்டர்ஸ், சென்னை
பக்கம்: 220
விலை: ரூ 240

PUGHALMIKKA VISARANAIKAL

Author : J.PAULBASKAR
First Edition: July 2022
Published by: PARISAL PUTTHAGA NILAYAM
No.235, P-Block, MMDA Colony
Arumbakkam, Chennai - 600 106
Mobile: 93828 53646
E-mail: parisalbooks2021@gmail.com
Designed by: Y.NILA
Printed at: Ravi Raja Printers, Chennai
ISBN: 978-93-91949-79-2
Pages: 220
Price: 240

அர்ப்பணிக்கிறோம்

மனிதகுலத்தின், விடுதலைக்காக
முன்னேற்றத்திற்காக
அயராது போராடி வரும்
பெயர் தெரியாத
வீரர்கள் அனைவருக்கும்.

அணிந்துரை
"சமூகத்தின் மீதான அக்கறை"

புத்தகங்களை எங்களுடைய தந்தை **திரு. பால் பாஸ்கர்** பள்ளிக்காலம் முதலே வாசிக்க, நேசிக்க தொடங்கி உள்ளார். தனது வாழ்க்கையின் அதிக நேரத்தை புத்தகங்களோடுதான் செலவிட்டார் என்பதை உறுதியாகக் கூறமுடியும். அமைதி அறக்கட்டளை நூலகத்திலும், கல்வியியல் கல்லூரி நூலகத்திலும் உள்ள பெரும்பாலன நூல்கள் அவரின் தனிப்பட்ட Book collection களில் இருந்து சேர்க்கப்பட்டது.

சுற்றுச்சூழல், கல்வி, சமூக முன்னேற்றம், நீடித்த வளர்ச்சி, மற்றும் பல நாடுகளில் வெளியிடப்பட்ட அரிய புத்தகங்களை அவர் சேர்த்து வைத்திருக்கிறார். இன்றும் பல பல்கலைக்கழக மாணவர்கள் அவர்கள் ஆய்விற்கு 'Refer' செய்வதற்கு வந்து செல்கிறார்கள்.

எங்களுக்கும் புத்தகங்களை வாசிப்பது முதல் அதன் மீது ஆர்வம் ஏற்பட அவரே உந்துதலாக இருந்திருக்கிறார். எல்லா வகையிலும் சமூகத்தின் மீதான அக்கறையை உண்மையை உலகுக்குச் சொல்லலாம் என்பதை அவர் எழுதிய **புகழ்மிக்க விசாரணைகள்** தமிழக அரசின் சிறந்த புத்தகத்திற்கான விருதைப் பெற்றது, அவர் எழுத்துக்களின் மீதும், வாசிப்பின் மீதும் அவை ஏற்படுத்தும் தாக்கத்தின் மீதும் கொண்ட அளவு கடந்த நம்பிக்கை இதன் மூலம் தெளிவாகத் தெரிகிறது.

எங்கள் தந்தையின் இழப்பை வெறும் வார்த்தைகளால் சொல்லி விட முடியாது. சொன்னாலும் மனதின் ஏக்கமும்

தவிப்பும் மறைந்து விடாது. குறிப்பாகச் சில நேரங்களில் அவரின் உடனிருப்புத் தேவையை அவரைத் தவிர வேறு ஒருவராலும் ஈடு செய்ய முடியாது என்பது நிதர்சன உண்மை. அவர் திரும்பவும் வருவாரா? அவரிடம் பேச முடியுமா, இயற்கையால் இது சாத்தியமா? என்றெல்லாம் நினைப்பதுண்டு. அவருடன் வெளியூர் சென்ற அனுபவம் அனைத்தும் ஒவ்வொன்றும் ஒரு பாடம். பணியின் எவ்வகையான சூழ்நிலையிலும் அவர் தனது குடும்பத்தினருடன் நேரத்தைச் செலவிடத் தயங்கியதில்லை. இவர்களுக்கு என்ன தெரிந்திருக்கப் போகிறது? என்று நினைக்காமல் தனது அனுபவத்திற்கும்ஷ வயதிற்கும் சற்றும் குறைவில்லாமல் வாழ்ந்து காட்டியவர்.

இறைவன் எங்களுக்கு அளித்த ஆசிர்வாதங்களின் மிகச் சிறந்த ஒன்றாக எங்கள் தந்தையைப் பார்க்கிறோம். அவர் மூலமாக எங்களுக்கு கிடைத்த உறவுகளுக்கும், நட்புகளுக்கும், மகிழ்வான அனுபவங்களுக்கும், பாடங்களுக்கும், நன்றியோடு இருக்கிறோம்.

இறைவனோடு சேர்ந்து அவர் எங்களுக்கு அளிக்கக் கூடிய மேலான ஆசீர்வாதங்களோடு கூடிய வாழ்க்கைப் பயணத்தைத் தொடர்கிறோம், கடக்கிறோம். ஒவ்வொருவரும் நொடிப் பொழுதையும்..

ரூபன் பாஸ்கர், ஹெலன் பாஸ்கர்.

முன்னுரை

இந்திய விடுதலைக்கு அடிக்கல் நாட்டியவர்கள், இன்று அரசு அதிகாரத்தின் கதாநாயகர்களாக அகம்பாவத்துடன் வலம் வரும் பிரமுகர்கள் அல்ல. போராடித் தோற்றுப்போய்க் கடைசியாக சுதந்திரத்தை வென்ற பெருந்தகைகள் இவர்கள் அல்ல. அவர்கள் வேறு இவர்கள் வேறு. இந்தியாவின் 80 கோடி மக்களாகிய நாம் இன்று சுதந்திரக் காற்றை சுவாசிக்கிறோமெனில், அதற்குக் காரணமானவர்கள் தங்களின் வாழ்வையும் சுதந்திரத்தையும் தியாகம் செய்து தேசம் விடுதலை பெறப் பாடுபட்ட தேசபக்தர்களே. தலைமுறைகள் உருண்டோடி விட்டன. அடக்குமுறைக்கு எதிராக வீரமிகு எதிர்ப்பை காட்டிய அவர்களின் வீரக்கதைகள் மறதிக் கடலில் மூழ்கடிக்கப் பட்டு விட்டன. இத்தகைய வீரஞ்செறிந்த வித்துக்கு சொந்தக் காரர்களான அவர்களை தேசபக்தியுடன் நினைவு கூர்வது நாம் அவர்களுக்கு செலுத்தும் ஆழ்ந்த நன்றி கூறும் அஞ்சலி யாகும். அவர்களின் பங்களிப்பு புரட்சிகரமானது. அவர்கள் இல்லையேல் நாம் இன்னும் ஏகாதிபத்தியத்தின் பலிகடாக்களாக இருந்திருப்போம்.

அவர்களின் தீரச் செயல்களை முழுமையாக நினைவு கூற எண்ணற்ற புத்தகத் தொகுப்புகள் தேவைப்படுகின்றன. எனவே நம்மைக் கவர்ந்திழுக்கும், வளரும் தலைமுறைகள் நினைவில் வைத்துப் போற்றக் கூடிய சில காவியங்களுக்கு உயிர்கொடுத்து வைப்பது நமது கடமையாகும். அபூர்வமான எழுத்துத் திறனை இயல்பாகவே பெற்றவரான பால்பாஸ்கர், மாபெரும் வீரர்களின், தேர்ந்தெடுக்கப்பட்ட வீரகாவியங்களை ஏற்கனவே ஓர் ஆங்கில ஏட்டில் வெளியானவற்றை ஆதாரமாகக் கொண்டு தமிழில் அளித்திருக்கிறார். தனது

வாசகர்களுக்கு தெரிவித்து உணர்ச்சியூட்ட இந்த அபூர்வமான திறன்படைத்த எழுத்தாளர், இம்பீரியல் டிரிப்யூனல் முன் குற்றவாளிகளாக நின்ற மகாத்மா காந்தி, எம். என். ராய் போன்ற மாபெரும் தலைவர்கள் மீதான விசாரணைக் காட்சிகளை அற்புதமாக விவரிக்கிறார். இந்த டிரிப்யூனல்கள் அரசின் சட்டப்போர்வை போர்த்திய அதிகாரப் பூர்வமான பிரதிநிதி தான் தவிர வேறல்ல.

சார்லஸ் சம்னர் கடுமையான வார்த்தைகளில் கூறினார்:

"நீதிபதிகள் வெறும் மனிதர்கள் தான். எல்லா காலங்களிலேயும் பலவீனத்தின் கூறுகள் அவர்களிடம் காணப்பட்டிருக்கின்றன. ஐயகோ! ஐயகோ! வரலாற்றின் மோசமான குற்றங்களுக்கு, தேசபக்தர்கள், தியாகிகள் ரத்தம் சிந்துதலுக்கு, அவர்கள் கொல்லப்படுதலுக்கு, அவர்களை நீதிமன்றத்திற்கு இழுத்தடிப்பதற்கு இந்த நீதிபதிகள் அனுமதி அளித்திருக்கிறார்கள்."

எப்போதுமே நீதியின் பெயரால் அடக்குமுறைச் சட்டங்கள் மூடி மறைக்கப்பட்டிருக்கின்றன. சட்டத்தின் ஆட்சியின் ஒரு கருவியே நீதிமன்றம். ஆனால் சட்டங்கள் எப்படிப்பட்டவை? அச்சட்டங்களை உருவாக்கும் அரசு நல்லரசாக இருந்தால் அச்சட்டம் நல்லதாக இருக்கும். அரசு தீய அரசாக இருந்தால் அது உருவாக்கும் சட்டங்களும் தீயதாகத்தான் இருக்கும். அநீதியோடு ஒன்று சேர்ந்துவிட்ட சட்ட அமைப்பின் பிரதான நடிகர்களான நீதிபதிகள் வெறும் பொறியாளர்களாக அல்லாமல் வேறு விதமாக இருக்க வேண்டும் என்று எதிர்பார்ப்பது. முட்டாள் தனமாகும். இது நீதித்துறையின் மீதான குற்றச் சாட்டு அல்ல. நீதித்துறையை கருவியாகப் பயன்படுத்தும் சமூக அமைப்பையே குற்றம் சொல்ல வேண்டும்.

பால்பாஸ்கர் பல்வேறு இடங்களிலிருந்து திரட்டி தன்னுடைய வாசகர்களுக்காக எளிமையான தமிழ் நடையில் 14 பெரும் வீரர்களின் விசாரணையை அளித்திருக்கிறார். அவை தேசீயம், மனிதத்துவம் மிளிரும் அற்புதமான படைப்புகளாக

இருக்கும் என்று நம்புகிறேன். பெரும்பான்மையான விசாரணைகள் இந்திய விடுதலை வீரர்கள் குறித்ததாக இருப்பினும், அவற்றில் இரண்டு இந்தியர் அல்லாதவர் பற்றியவை. நெல்சன் மாண்டெலாவின் விசாரணை, டிமிட்ரோவின் விசாரணை போன்றவை இந்த புத்தகத்தை உலகம் தழுவியதாக ஆக்கியிருக்கிறது. முதல் பக்கத்திலிருந்து கடைசிப் பக்கம் வரை வரலாறு ஒரு கேள்வி எழுப்புகிறது. யார் குற்றவாளி? குற்றம் சாட்டியவரா? சாட்டப்பட்டிருப்பவரா? ஒரு கொடுங்கோன்மையான அரசால் தேசத் துரோகக் குற்றஞ் சாட்டப்பட்டிருப்பவராக நின்றபோது, பிடல் காஸ்டிரோ பாய்ந்து சென்று தாக்கினார். அவரது எதிர்வாதத்தின் தலைப்பே "நான் குற்றஞ்சாட்டுகிறேன்" என்பதே. காஸ்டிரோவின் விசாரணை இப்புத்தகத்தில் சேர்க்கப்படவில்லை. எனினும் இப்புத்தகம் ஏற்படுத்தும் ஒட்டு மொத்தமான தாக்கம் அரசு தரப்பே குற்றவாளிக் கூண்டிலும், குற்றம் சாட்டப்பட்டவர்கள் மனித குலத்தின் உயரிய மேன்மைக்காக வாதம் புரிபவர் களாகவும் இருப்பது தான்.

தேசப்பிதா மகாத்மா காந்தி இம்பீரியல் சட்டத்தின் பார்வையில் ஒரு குற்றவாளி. ஒரு கிரிமினல். ஆனால் அவரது முழுமையான சத்திய வேட்கை, இந்திய மக்களுக்கு விமோசனம் அளிக்க எடுத்துக் கொண்ட முயற்சிகள், சட்டப் பூர்வமான அரசு தரப்பு வன்முறையை அஹிம்சையின் மூலம் வெற்றி கொண்ட-சுயராஜ்யமே எங்களின் பிறப்புரிமை என்ற மக்களின் ஆசையை அடையும்வரை வெல்ல முடியாத மன உறுதி போன்றவை தான் அவரது விசாரணையை மாற்ற முடியாத அனுபவமாக ஆக்கியிருக்கிறது. அவர் தண்டிக்கப் பட்டார். சிறையில் அடைக்கப்பட்டார். ஆனால் வரலாறே இறுதி தீர்ப்பை அளித்தது.

அதன் மூலம் பேரரசே குற்றவாளியானது. காந்தியே பேரரசைக் குற்றம் சாட்டினார். பிரிட்டிஷ் அரசுக்கு எதிரான இந்த போராட்டத்தில் மக்களின் வெற்றியே இறுதித் தீர்ப்பானது. மகாத்மாவின்மீது சுமத்தப்பட்ட குற்றப்

பத்திரிக்கையும், மூர்க்கத்தனமுள்ள ஓர் மோசமான அரசின் மீதான அதிருப்தியை வெளிப்படுத்தும் காந்திஜியின் எதிர் வாதமும் காதி உடுத்தும் தேசியவாதிகளின் எண்ணற்ற சொற்பொழிவுகளைக் கேட்பதைக் காட்டிலும் மதிப்பு மிக்கது. விசாரணையின் போதே இடையில் ஒரு திருப்பம் ஏற்பட்டது. யார் குற்றவாளி என்பதைத் தீர்மானிக்கும் இதிகாச சம்பவம் அது. சட்டப் போர்வை போர்த்திய இம்பீரியல் நீதிமன்றத்தின் முன் நிற்கும் காந்திஜியா அல்லது மனித குல சபையின் முன் பேரரசா என்று தீர்மானிக்கும் திருப்பம் அது. அடக்குபவரின் அற்ப அளவிலான சட்டமா மனித விடுதலைக்கான உயர்ந்த நீதியா என்பதே கேள்வியின் சாரம். புகழ்மிக்க இந்த நீவிசாரணையின் கம்பீரம், இந்த புத்தகத்தில் வாசிக்கும் போது கோடிக்கணக்கான தமிழர்களின் நெஞ்சங்களில் அழியாத முத்திரையைப் பதிக்கும். அவர்களை சுயராஜ்ய பாரம்பரியத்தை அறியச் செய்யும்.

சாவர்க்கரின் விசாரணை அற்புதமாகக் கூறப்பட்டிருக்கிறது. பிரிட்டிஷ் நீதியின் அத்துமீறலுக்கும் காலனியாட்சியின் இரக்கமற்ற தன்மைக்கும் உதாரணமாக இவ்விசாரணை இருக்கிறது. பிரிட்டிஷாரை எதிர்த்து வாழ்வையே பணயம் வைத்து போராடிய எண்ணற்ற பேர்களில் சாவர்க்கர் தனித்து விளங்கினார். சாவர்க்கர் விசாரணை விவரிக்கப்பட்டிருப்பதும் அதில் எழுதப்படும் பிரச்சனைகளும் இந்தியர்களுக்கு மட்டுமின்றி, விடுதலையை விரும்பும் எவருக்கும் ஒரு சிறந்த கல்வியாகும். உண்மையில் அபூர்வமான தைரியத்தையும் தாய் நாட்டின் மீது மாறாத அன்பையும் கொண்டிருந்த ஒரு மனிதனின் மீதான இவ்விசாரணை, உண்மையில் மறக்க முடியாத ஒன்றாகும். பிரிட்டிஷ் அரசு இவ்வழக்கு குறித்த பரபரப்பான செய்திகளைக் கண்டு அஞ்சியது. இதன் காரண மாக சாவர்க்கர் மீதான இரு தீர்ப்புகளுமே எந்த சட்ட அறிக்கை ஏட்டிலும் பிரசுரம் செய்யப் படவில்லை. உண்மையின் பேரொளியை ஏகாதிபத்தியத்தால் மறைக்க முடியவில்லை. இச்சாசனத்தை குறுகிய காலம் தான் மறைக்கும் அதிகாரம் ஏகாதிபத்தியத்திடம் இருந்தது.

வரலாற்றில் உரிய இடத்தைப் பெற்று விட்டது சாவர்க்கரின் விசாரணை.

நன்கு சிவப்பாக கொழுந்துவிட்டு எரிந்தது எம்.என். ராயின் விசாரணை. ஏனெனில் இவ்விசாரணையின் மூலம் கம்யூனிஸ்ட் கட்சியையும் இந்திய தொழிற்சங்க இயக்கத்தையும் அடக்கிவிட பிரிட்டிஷார் முயன்றனர். இந்த புரட்சியாளரின் வாழ்க்கை பல கோணங்களிலும் தனித்தன்மை வாய்ந்தது. தன் வாழ்நாள் காலத்தின் மாபெரும் மனிதாபிமானமிக்கவராகவும், தன் வயதை ஒத்தவர்களிடையே அபூர்வமான புரட்சியாளராகவும், இந்த நூற்றாண்டின் அற்புதமான புத்திசாலியாகவும் திகழ்ந்தவர் எம்.என். ராய். அவர் ஒரு போர் குணமிக்க ஆன்மா. அவரது ஒவ்வொரு உயிரணுவும் மனித அடிமைத்தனத்தை எதிர்த்துக் கிளர்ந்தெழுந்தது. அவர் மீதான விசாரணை புரட்சியின் மீது அடக்குமுறை நடத்திய விசாரணை ஆகும். ஆளும் அதிகாரத்தின் நியாய தத்துவத்தை இரக்கங்காட்டாமல் அம்பலப் படுத்தினார் அவர். அவரது சட்ட நீதி சாஸ்திரமானது. அடக்கப்படும், சுரண்டப்படும் இந்திய மக்கள் அடக்குமுறை அதிகாரசக்திகளை எதிர்த்துக் கிளர்ச்சி செய்யும் உரிமை பெற்றவர்கள் என்று சுட்டிக்காட்டியது. ஏகாதிபத்திய அரசினை எதிர்த்து புரட்சிகரமான போராட்டம் நடத்தி விடுதலை பெறுவது மக்களின் கம்பீரமான உரிமை என்பது காலாவதியான, மரபு சார்ந்த சட்ட அரசியல் கோட்பாடுகளை மிஞ்சிவிட்டது. அவரது எதிர்வாதம் மனித விடுதலை குறித்த அரசியல் விஞ்ஞான கல்வி என்றே கூறலாம். அவரது வார்த்தைகளில்:

“அடக்கப்பட்ட, சுரண்டப்பட்ட இந்திய மக்களைப் பொறுத்தவரை ஒரே ஒரு சட்டம் தான் உண்டு. அது கிளர்ச்சி செய்யும் சட்டம். விடுதலைக்கான புரட்சிகரப் போராட்டம் குறித்த கம்பீரமான சட்டம். இந்தியாவை ஆள்கின்ற ஏகாதிபத்திய ஆட்சியாளர்கள் இச்சட்டங்களை நாள்தோறும் மீறுகிறார்கள். இச்சட்ட மீறல்களை இந்திய மக்கள் கவனிக்க இயலும். நான் கைது செய்யப்பட்டதும் விசாரிக்கப்படுவதும் நமது சட்டத்தை மீறிய செய்கையாகும். இதற்கு மேலும் என்

மீது குற்றம் சுமத்துவது என்பது வெந்த புண்ணில் வேல் பாய்ச்சுவது போன்றதாகும். நான் இங்கே நிற்பது என்மீது சுமத்தப்பட்டுள்ள அபத்தமான குற்றப் பத்திரிக்கைக்கும் அகம்பாவம் பிடித்த பழி சுமத்தலுக்கும் பதில் சொல்வதற்காக அல்ல. நான் இங்கே நிற்பதெல்லாம் இந்திய பிரிட்டிஷ் அரசை நாகரீக உலகின் விசாரணை மன்றத்தில் நிறுத்தி மனித குலத்தின் ஐந்தில் ஒரு பங்கினரான இந்தியர்கள் மீது வேண்டுமென்றே ஆக்கிரமிப்பு நடத்தி, எங்களின் நிலங்களைப் பறித்து, ஒவ்வொரு வகையிலும் எங்களின் முன்னேற்றத்தைத் தடை செய்து வருவதைப் பட்டியல் போட்டுக் காட்டவே."

மீரட் சதி வழக்கு கம்யூனிஸ்ட்கள் மீது பிரிட்டிஷார் தொடுத்த வரலாற்று சிறப்புமிக்க மற்றுமொரு தாக்குதல். வரலாற்றை கிட்டப்பார்வை கொண்டு நோக்கிய இந்திய பிரிட்டிஷ் ஆட்சியாளர்கள், நீதிமன்ற தீர்ப்புகள் மூலம் புரட்சிகரமான இயக்கங்களை துடைத்தெடுத்து விடலாம் என்று எண்ணினர். ஆனால் உலக வரலாறு வேறு விதமாகத் தான் இருந்திருக்கிறது. புரட்சி வலுவான ஒன்றால் உருவாக்கப் பட்டிருக்கிறது. மனிதனின் விடுதலை வேட்கையால் உருவாக்கப் பட்டிருக்கிறது. அது மென்மையானதல்ல என்று உலக வரலாறு சுட்டிக் காட்டுகிறது. மிகக்கொடிய தீர்ப்புகள் கூட புரட்சியின் வேகத்தை அணைக்க இயலாதவை. மீரட் அதைத் தான் நிரூபிக்கிறது.

மற்றொரு மாபெரும் இந்தியரான பாலகங்காதர திலகர் மீதான விசாரணையும் தீர்ப்பும் அதைத் தொடர்ந்த கொந்தளிப்பும் எத்தகையது எனில், லெனின் கூட அது பற்றிக் குறிப்பிடும் அளவிற்கு பிரசித்தி பெற்றதாகும். திலகர் மீதான விசாரணை அதன் முழுமையான அமசங்களில் விவரிக்கப்பட வில்லை எனில், இந்திய விடுதலையின் கதை முழுமையானதாக இராது. அவரது எழுத்துக்கள் பகையுண்டாக்கக் கூடியவை தான். ஆனால் ஆத்ம உணர்வுகளைத் தூண்டக் கூடியவை ஆவேசம் கொள்ளத் தூண்டுபவை. அவர் தான் சுயராஜ்யமே எங்களின் பிறப்புரிமை என்ற முழக்கத்தைக் கொடுத்தவர். அவர்

மீது விதிக்கப்பட்ட தண்டனை இந்தியர்களை மட்டும் அதிர்ச்சிக்குள்ளாக்கவில்லை. லெனினும் ஐரோப்பியத் தொழிலாளர்களும் தீர்ப்பைக் கேட்டு அதிர்ச்சி அடைந்தனர். அவரது பாரம்பரியத்திற்கு நாம் தகுதியுடையவர்கள் தானா?

பாரதத்தின் உரிமைகளையும் கண்ணியத்தையும் பிரதி நிதித்துவம் செய்த போர்க் குணமிக்க ஆன்மாவின் சொந்தக் காரனான பகத்சிங்கின் கதை இரத்தத்தை உறையச் செய்யும். இந்திய விடுதலை எழுதப்படும் போதெல்லாம், சொல்லப்படும் போதெல்லாம் பகத்சிங்கின் பெயர் நினைவு கூறப்படும். பகத்சிங்கின் வரலாறு ஒரு காவியம். தேசம் மீது பக்தி கொண்ட குற்றத்தை செய்த பகத்சிங் காட்டுமிராண்டித் தனமாக தூக்கிலிடப்பட்டது பிரிட்டிஷ் ஆட்சியின் இறுதிக் கட்டத்தை விரைந்து காண்பித்தது. மாபெரும் இந்தியரான லாலா லஜபதிராய் பிரிட்டிஷ் வன்முறையால் தாக்கப்பட்டார். மனக்காயங்கள், உடல் காயங்களின் காரணமாக இறந்து போனார். அதற்கு வஞ்சம் தீர்க்கப்படாமல் இருந்திருந்த அவரது மரணம் ஒரு தேசிய அவமானமாகவும் அதிர்ச்சியாகவும் கேவலமாகவும் இருந்திருக்கும். பகத்சிங் இந்த தேசபக்தி மிகுந்த பணியினை முன்வந்து நிறைவேற்றினான். தேசீய எதிர்ப்புக்குரலின் அடையாளமாக சாண்டர்ஸைக் கொன்றான். சாண்டர்ஸ் தான் லாலா லஜபதியை கொன்ற போலீஸ் அதிகாரி. இந்திய வரலாற்றின் நிகரற்ற கதாநாயகனான பகத்சிங் தைரியத்துடனும் தியாக நெஞ்சுடனும் அளவிலா தேசபக்தியுடனும் தூக்குக் கயிற்றை முத்தமிட்டான். அம்மாவீரனின் அச்ச மற்ற நினைவுகளை நாம் பெற்றிருப்போ மெனில் நாம் தைரியமான தேசீய மனோபாவத்தைப் பெற்றிருப்போம். இன்று நாம் சந்திக்கிற மூலபிரச்சனைகளைக் குறைத்திருக்க முடியும்.

மற்றொரு காவியம் சுபாஸ்சந்திரபோஸின் அற்புதமான, மயிர்க்கூச்செரியும் கதையாகும். அவர் அபூர்வமான பரிசோதனைகளை மேற்கொண்டிருந்தார். சாகசம் நிறைந்த செய்கையாக தென்பட்ட போதிலும், ஆயுதம் தரித்து தேச விடு

தலையைப் பெற முயன்றது தனித்தன்மை வாய்ந்தது. இந்திய தேசிய ராணுவம் தோல்வியுற்ற போதிலும் அபூர்வமானது. தனித்தன்மை கொண்டது. அது செயலூக்கம் நிறைந்த அரசியல் தலைவரான சுபாஸ்சந்திரபோஸின் தலைமையைப் பெற்றிருந்தது. இரண்டாம் உலகப்போர் பிரிட்டிஷாருக்கு சாதகமாக முடிவடைந்தபோது ஜப்பான் சரணடைந்தது. இந்திய தேசிய ராணுவம் தைரியத்துடன் தோற்றது. அதன் விளைவு-இந்திய தேசிய ராணுவ விசாரணை. இந்த தேசபக்த ராணுவ வழக்கில் வீரர்கள் சார்பில் வாதாடிய புலாபாய் தேசாய் தேச துரோக குற்றத்தை தேச பக்தி மிகுந்த செயலாக உயர்த்தினார். இந்திய தேசீய ராணுவ விசாரணையின் அதிமுக்கியமான விஷயம் குற்றஞ் சாட்டப்பட்டவர்களுக்கு முடிவாக என்னவாயிற்று என்பதல்ல. தேசீய விடுதலையின் ஆயுதமே எதிர்வாதம் கிளப்பிய பொறி தான் என்பதே. இவ்விசாரணையின் விளைவுகளை விரிவாக விவாதிக்க இந்த முன்னுரையில் அதிக இடமில்லை. ஏகாதிபத்திய அடக்கு முறைக்கு எதிரான சுயநிர்ணய உரிமையை நிறுவக் கிளர்ச்சி செய்யும் நாடு எத்தகைய எல்லைக்குச் செல்லலாம் என்பதை உணர்த்தும் இந்த விசாரணையை கவனத்துடன் படிக்கும்படி சிபாரிசு செய்கிறேன். சாதாரணமாகவே சட்டம் பிற்போக்கானது என்ற நிலையில் புகழ்மிக்க சட்ட அறிஞர்கள் நீதி பரிபாலனத்தை புரட்சிகர கருவியாக மாற்றும் சந்தர்ப்பங்கள் வரலாற்றில் இடம் பெறத்தக்கவை.

புகழ்மிக்க விசாரணை நூல் எதிலுமே அவசியம் குறிப்பிடப்பட வேண்டிய வழக்கு லாகூர் சதி வழக்கு. இதிலும் புகழ்பெற்ற விடுதலை வீரர்கள் குற்றஞ்சாட்டப்பட்டனர். நமது முந்திய தலைமுறையினரான தீரமிகு தேசபக்தர்களின் புரட்சிகர எண்ணங்களையும் தீமையே உருவான பேரரசைத் துரத்தி சுதந்திர பூமியை உருவாக்க முயன்ற வீரவரலாற்றையும் அறிவது நமக்கு பெருமை மிகுந்த செயல் அல்லவா?

பாஸ்கரால் விவரிக்கப்பட்டிருக்கும் வேறு மூன்று வழக்குகளும் சிறப்பான அர்த்தம் கொண்டவை. இந்திய தேசிய ராணுவ வீரர்களைப் போலவே பகதூர் ஷா ஷாபரும்

டெல்லி செங்கோட்டையில் விசாரிக்கப்பட்டார். தைமூர் வம்சத்தின் கடைசி அரசன் பகதூர்ஷா. இந்திய விடுதலைக்காக பிரிட்டிஷாருக்கு அடிபணிய மறுத்து திடமான போர் நடத்தியவர் பகதூர்ஷா. இவ்விசாரணையில் சர்வதேச சட்டம் குறித்த பல்வேறு கேள்விகள் எழுந்தன. பிரிட்டிஷ் அரசு அவற்றை அசட்டை செய்தது. வயதான, மன நிலை சரியில்லாத, பரிதாப நிலையிலிருந்த இந்த அரசர் குற்றவாளியாக நின்றார். வழக்கை எதிர்கொள்ளும் நிலையில் அவர் இல்லை. சட்டம் அறிந்த எவரும் இந்த வீழ்த்தப்பட்ட அரசனுக்கு உதவ முன் வரவுமில்லை. இது நியாயமற்ற விசாரணை. இது நியாயமற்ற தீர்ப்பு. அதிகாரப் பூர்வமாக உறுதி செய்யப்பட்ட அநீதி இது.

விடுதலை பிரிக்க இயலாதது, உலகம் தழுவியது என்பதை உணர வெளிநாடுகளுக்கு பயணமாவோம். போராளியான டிமிட்ரோவ் உலக கம்யூனிச வரலாற்றில் சுடர்விடும் கம்யூனிஸ்ட் ஆவார். அவர் ஒரு ஜனநாயகத்தின் படைவீரர். பாசிச பயங்கரவாதிகளுக்கு எதிராக போர் நடத்தியவர். நாசிகள் ஜார்ஜ் டிமிட்ரோவையும் பிறரையும் கைது செய்து பயங்கரவாதி, அராஜகவாதி என குற்றஞ்சாட்டினர். அவர்மீது எல்லாவிதமான குற்றங்களும் சுமத்தப்பட்டன. ஆனால் இந்த குற்றவாளி சமூக அமைப்பை குற்றங்கூறி எதிர்வாதத்தை தயாரித்திருந்தார். தொழிலாளர் வர்க்க கோட்பாட்டை காத்து எதிர்வாதம் செய்த டிமிட்ரோவ் பயங்கரவாத குற்றச்சாட்டிற்கு இவ்வாறு பதிலளித்தார்.

“கம்யூனிஸ்ட் என்ற வகையிலும், பல்கேரிய கம்யூனிஸ்ட் கட்சி - கம்யூனிஸ்ட் அகிலம் இவற்றின் உறுப்பினர் என்ற வகையிலும் தனி நபர் பயங்கரவாதத்தை, அர்த்தமற்ற கலவரம் போன்றவற்றை கொள்கைகளின் அடிப்படையில் எதிர்க்கிறேன். ஏனெனில் இந்த செயல்கள் கம்யூனிச கொள்கைகளுக்கும் மக்கள் பணி முறைகளுக்கும் இணக்க மானவை அல்ல.

லெனினிச போதனைகளுக்கும், முடிவுகளுக்கும், கம்யூனிஸ்ட் அகிலத்தின் கட்டுப்பாடுகளுக்கும் ஏற்ப, ஒவ்வொரு கம்யூனிஸ்ட்டும் அதனை ஈடு இணையற்ற சட்டம்

என்று ஏற்றுக்கொள்கிற நானும் தனி நபர் பயங்கரவாதத்தையும் சூழ்ச்சியான சதி நடவடிக்கைகளையும் எதிர்க்கிறேன்."

கார்ல்மார்க்சின் வார்த்தைகளை எதிரொலிக்கிற விதமாக "நீதிபதிகளே மற்றொரு நீதிபதியை எதிர்கொள்ள வேண்டியுள்ளது. அந்த மற்றொரு நீதிபதி பொது மக்கள் கருத்து" நிறைய நெளிவு சுழிவுகளைக் கொண்ட இந்த விசாரணை டிமிட்ரோவை விடுதலை செய்தது. வரலாற்றை திருப்பிப் பார்ப்போமேயானால் அவரை குற்றஞ்சாட்டியவர்கள் உலகின் போர் எதிரிகள் என குற்றஞ்சாட்டப்பட்டு தண்டிக்கப்பட்ட தைப் பார்க்கிறோம். எங்கெல்ஸ் சொல்வதைப் போல வரலாறு என்பது எல்லா தேவதைகளிலுமே மிகவும் கொடூரமானது தான். ஜார்ஜ் டிமிட்ரோவ் உலகளவில் மிளிரும் சுடராக அல்லவா திகழ்கிறார்.

கடைசியாக, சமீபத்திய நடப்பை விளக்கும் கட்டுரையாக நெல்சன் மாண்டெலாவின் விசாரணையை சேர்த்திருக்கிறார் பால்பாஸ்கர். தென்னாப்பிரிக்க பாசிச அரசை எதிர்த்து மாபெரும் போராட்டத்தை நடத்தி வரும் மாண்டெலா நமது இதயத்தில் வசிப்பவர். நமது தேசத்தில் அனைவரையும் கவர்ந்திழுத்தவர். நிறவெறி பிடித்த அடக்குமுறை அரசை குற்றஞ்சாட்டினார் அவர். பெரும்பான்மையான மக்களை ஒதுக்கிவைத்து அடிமைகளாக நடத்தும் சிறுபான்மையினரான வெள்ளை எஜமானர்கள் ஆடம்பரத்திலும் அதிகாரத்திலும் அமர்ந்திருக்கிறார்கள். அதுதானே நிறவெறிக் கொள்கை. "குற்றம் செய்தவர்களே நீதிபதிகளாக அமர்ந்து குற்றஞ் சாட்டியவர்களை விசாரிக்கும் விசித்திரமான நீதி" என சாடினார் மாண்டெலா. அவரது எதிர்வாதம் மனித உணர்வைத் தட்டியெழுப்பும் மனித உரிமைக் கல்வியாகும்.

பால்பாஸ்கர் இத்தொகுதியில் சேர்ந்திருக்கும் மேலும் இரு விசாரணைகள் நமது ஆழ்ந்த சுயஉணர்வை தட்டியெழுப்பக் கூடியவை. வாஞ்சி நாதன் மீதான திருநெல்வேலி சதிவழக்கும், வ. உ. சிதம்பரனாரின் தூத்துக்குடி சதிவழக்குமே அவை. நம்

தேசபக்தி பெருமையை அவை தூண்டுகின்றன. அந்நிய ஆட்சியை எதிர்த்துத் துணிவுடன் அவர்கள் நின்றனர். நம் தேசம் அவர்கள் குறித்து பெருமிதம் கொள்ளும். ஏனெனில் அவர்களின் தியாகங்கள் விடுதலைக்கு வித்திட்டன.

இந்தியாவை உருவாக்கியவர்கள். மனித உரிமைகளைப் பாதுகாப்பவர்கள், என்று கூறி அதிகாரத்தில் அமர்ந்து உலகெங்கும் சுற்றித்திரிந்து மின்னும் ஆடம்பர பேச்சாளர்கள் அல்ல. இவர்கள் மனித குலத்தை மேம்படுத்தும் புரட்சிகரமான மாற்றங்களுக்கு எதிராக செயல்படுபவர்கள். ஆனால், உண்மையில், புதிய உலக மனித அமைப்பை கட்டியெழுப்பு பவர்கள் அந்த உயரிய ஆத்மாக்களே. அவர்களின் வைரம் பாய்ந்த நெஞ்சுறுதியே வலிமைக்கு எதிராக சரியானதைக் கொண்டு சவால் விட்டவர்கள். அதன் மூலம் உலகை நீதியானதாக ஆக்கும் அமைப்பை நோக்கிய பாதையை உருவாக்கியவர்கள் அத்தகைய அமைப்பில் தான் ஒவ்வொரு மனிதனும் தமது கண்ணியத்திற்கும் முன்னேற்றத்திற்கும் முழுவதும் நேரான ஆளுமையை பிறப்புரிமையாகப் பெறமுடியும்.

பால்பாஸ்கர் பிறரது எழுத்துக்களிலிருந்து பெற்று படைப்பாற்றலுடனும் தாராள நடையுடனும் தமிழாக்கி இந்த நூலை எழுதி நம்மையெல்லாம் ஆழ்ந்த கடனாளி ஆக்கி விட்டார். சமூகத்தின் கடமை என்னவென்றால் இந்நூலை வாசித்து தன்னை வளமாக்கிக் கொள்வதே. சுய அரசாங்கம் என்பது அதன் எல்லா பரிமாணங்களிலும் மனித குலத்தினால் ஆளப்படுகிற ஆட்சி என்ற எண்ணம் ஒவ்வொருவரிடமும் ஏற்படும் வரை சுயராஜ்யத்தை நாம் வென்றதாகக் கூற முடியாது.

எங்கெல்லாம் தமிழ் தெரிந்தவர்கள் இருக்கிறார்களோ எங்கெல்லாம் விடுதலை வேட்கை உடையவர்கள் இருக்கிறார் களோ அங்கெல்லாம் பால்பாஸ்கர் வாங்கப்படுவார் என்று நம்புகிறேன்.

VR Krishna Iyer

கொச்சி

27-10-87 (வி.ஆர்.கிருஷ்ணய்யர்)

Justice V.R.KRISHNA IYER
Former judge, Supreme Court.

"Satgamaya"
M.G.Road,
Ernakulam,
Cochin 682011

FOREWORD

The Founding Fathers of Indian freedom are not those who strut the stage today as heroes of State Power, but the greats who fought and lost many a battle but, at long last won the war for our Independence. We, 800 million Indians, are free now because they, the patriots of long ago, sacrificed their life and liberty for the nation's liberations. Generations have passed, drowning the saga of resistance against oppression put up by these valiant men in the ocean of oblivion. Patriotic remembrance of these forgotten seminal souls, 'movere and makers' whose influence upon succeeding generatione has been profound, is our homage of gratitude. Their contribution was revolutionary and without them we would still be victims of imperialism.

Whole volumes may be needed to recapture in entirety the grandeur of their doings. Therefore, we have to be selective and must vivify at least some inspiring episodes we want our rising generation to cherish. Paul Baskar, with rare literary flair, has rendered in Tamil chosen epic events from the lives of great men earlier published in an Foglish journal. To drive home his object of informing and inspiring his readers, this gifted writer has made dramatic presentations of Court Room trials where men of the stature of Mahatma Gandhi and M. N. Roy figured as accused and were tried by Imperial Tribunals only to be duly convicted by the institutional spokesmen of the regimes as the robed representative of Justice.

Charles Sumner has harshly told us :

"Judges are but men, and in all ages have shown a fair share of frailty Alas! Alas! The worst crimes of history have been perpetrated under their sanction, the blood of martyrs and patriots, crying from the ground, summons them to judgment."

Justice, oftentimes is but a cover-up for oppressive law in judicial action. Courts are but instruments of the rule of law and law is as good or as bad as the State which makes it. It is foolish to expect the judges to be anything more than the engineers of the injustices incorporated in the legal system of which they are the chief actors. This is not an indictment of the judiciary but of the system which uses them as instruments.

Paul Baskar has gathered together from other sources and presented to his readers narrations in simple Tamil of the criminal trials of 14 great personalities, and I am sure the forensic picturisation so projected will be a marvellous instruction in values of nationalism and humanism. Although most of the trials covered by the book are all remarkable Indian personages, a couple of them deal with the struggles of distinguished non-Indians. Nelson Mandela's: trial and Dimitrov's trial make the book's appeal universal. The first page to the last, bistory raises one question: who was the criminal? The Accuser or the Accused? Fidel Castro when charged for treason by a tyrant's government, tilted his defense: I Accuse. Altho' the Castro trial is not included in this book, the cumulative effect is that the prosecutor was the criminal and the accused defended the large cause of humanity.

The Father of the Nation, Mahatma Gandhi, was a convict and a criminal in the eyes of Imperial law but his total commitment to truth and to the deliverance of Indian humanity, his unconquerable will to resist the violence of the law until he won for his people their birth-right of Swaraj make the great trial a memorable experience. He was convicted and sentenced, but bistory is the ultimate judge. By that token, the Empire was the accused and Gandhi the accuser, the final verdict was people's victory in the struggle against the British. To read the charge framed against the Mahatma, to re-read the plea of Gandhiji in defence of his disaffection towards a satanic. misrule is worth more than ton of patriotic lectures by Khadi-clad nationalists. At a certain stage of the trial, history stopped in suspense for a moment an immortal moment which transformed the trial into an epic issue as to who was the culprit; Gandhiji before a robed Imperial Court or the Empire itself before the bar of humanity. The little law of the oppressor versus the higher justice of human liberation was the gut question. The grandeur of this heroic hearing in Court, when read in the pages of the book, will leave an indelible imprint on the minds of the millions of Tamils and make them aware of their Swaraj heritage.

The Savarkar trial marvellously told in its own way is another example of the outrage of British Justice and the ruthlessness of colonial rule, Savarkar was the hero of many exploits who risked his life in battling against the British. The narration and the issues raised in the Savarkar trial are an education for not only Indians but all lovers of liberty every where. Truly a memorable trial of a man of rare courage and love of motherland. The British Raj was so worried of adverse publicity about the Case that it is stated the two judgements against Savarkar were not reported in any of the Law Reports. History cannot be hidden by the writ of imperialism and the brevity of its power must, in the long run, yield place to the solar light of truth.

The trial of M. N. Roy has a crimson color because, through it, the British sought to suppress the Communist Party and the Trade Union Movement in India. This radical's life is unique from many angles. One of the greatest humanists of his time, one of the rarest revolu. tionaries of his age, one of the finest geniuses of our century, M. N. Roy was a militant soul whose every cell revolted against human bondage, and his trial was a trial of revolution by repression. The moral philosophy of the ruling power was exposed by him mercilessly and the Iurisprudence of Freedom included the right of the oppressed and exploited people of lodia to revolt against repressive power. The majestic right of people's revolutionary struggle for liberation against Imperial Raj transcends traditional theories of law and politics. His defence, and education in the political science of human freedom, was set out by him in these words:

"The only law for the oppressed and exploited people of India is the law of revolt, the majestic law of revolutionary struggle for freedom. The imperialist rulers of India violate every day this only law that the people of India can observe under the present condition. My arrest and trial represent an instance of such violation of our law. To accuse me of any offence is to add insult to injury. I stand here not to answer any such absurd charge and insolent accusation. I stand here to indict the British Government of India at the bar of civilised world for wanton aggression against one fifth of the human race, for robbing our land, for obstructing our progress in every sense."

The Meerut Conspiracy Case was another historic attack launched by the British against the Communists. The British Indian rulers, myopic in their perception of history, thought they could wipe out revolutionary movements through Court sentences. World history teaches that revolution is made of sterner stuff and man's love of freedom, in its furious dimensions is too irrepressible for draconic verdicts. Meerut proves it.

Another great Indian was Bala Gangadhar Tilak about whose trial and sentence and the convulsions that followed even Lenin has made profound reference. The story of Indian Independence is never complete until the trial of Tilak is told in its memorable dimensions. His writings were inflammatory but inspirational. He claimed that swaraj was the birth right of every Indian. His conviction and sentence shocked not merely Indians but men like Lenin and the workers of Europe Are we worthy of his heritage?

The chilling story of a militant soul who symbolised Bharat's right to freedom and dignity is that of Bhagat Singh. So long as Indian Freedom is written or told his fame will be remembered. Bhagat Singh is a legend. His brutal hanging for the crime of patriotism brought the end of the British rule nearer. A great Indian, Lala Lajpat Roy, was beaten by British violence and he succumbed to his injuries. It was a national insult and a shock and shame if it was not avenged. Bhagat Singh executed this patriotic task and became the symbol of en nauon's protest by killing Saunders, the policemen the liquidated Lala Lajpat Rai, and thereby advanced the liquidation of the British Raj. Bhagat Singh will brighten Indian history as a charismatic figure who despised the hangman's rope inspired by courage, sacrifice and patriotism. If only we had preserved that dauntless hero's memory as an active chemistry in the nation's psyche, the pathalogical problems which face our country to-day would have been minimised.

Another epic which sends a thrill is the marvellous story of Subash Bose and his extraordinary, though adventurist, experiments in gaining Indian freedom thro' armed invasion. Indian National Army was a unique, perhaps desperate, essay under the great command of one of the dynamic political leaders of the country Subash Chandra Bose. When the Second World War ended in favour of the British, Japan surrendered, the I. N. A. valiantly failed, the famous I. N. A. trial followed; but Counsel for the patriotic army, Bhulabhai Desai, with nationalist jurisprudence in mind, converted the crude charge of treason into a sublime defence of patriotism. What is terribly important about the I. N. A. trial is not the final fate of the defendants but the fire power of the defence as a weapon of national liberation. I have no space to deal with its implications in a mere Foreward but would only commend the reader to a careful study of the proceedings of the I. N. A. trial which demonstrates the heights to which a nation in rebellioo can rise to establish its right to self-determination against Imperial oppression. While ordinarily law is reaetionary, there are historic moments when great jurists transform jurisprudence into a radical instrument.

The Lahore Conspiracy Case-a 'must' in any book of great trials,-also is a significant contribution to make where notable freedom fighters were charged. Is it nota proud record for us to learn what a previous generation of brave nationalists, with radical bent, had done to create an estate of freedom out of an empire of evil?

There are three other trials covered by Bhaskar which have special meaning. Bahadur Shah Zafar, like the I. N. A. defendants, was tried in the Red Fort of Delhi King Bahadur Shah was the last of the line of the House of Taimur. The great Indian mutiny which was also the great war of Indian Independence brought out the robust role of defiance against the British played by the Bahadur Shah. Many issues of international law were involved in this trial but the British never bothered about all that. The poor old King, a physical wreck and mental invalid, was found guilty, although the accused was in no position to defend himself and there was none with legal knowledge who came forward to defend the fallen king. It was an unfair trial and an unfair verdict, but legality is oftentimes an affirmation of established injustices.

Let us trave! abroad for Freedom is indivisible and universal. Dimitrov, the fighter, was a Communist whose name is luminous wherever the story of world communism is known. He was a soldier of democracy and battled against Fascist terrorism. The Nazis arrested Georgi Dimitrov and others and tried them for terrorism and anarchy. All kinds of charges were levelled against him but the accused developed his defence by accusing the system. A true defender of the working class ideology, Dimitrov argued against the charge of terrorism:

"As a communist, as a member of the Bulgarian Communist party and the Communist International, I am opposed in principle to individual terror, to senseless arson, for these acts are incompatible with the communist principles and methods of mass work.

"In full conformity with our Leninist teaching and the decisions and discipline of the Communist International, which are for me, as for every true communist, the supreme law, I am against individual terror and conspiratorial gambles."

In words which echo Karl Marx, he pleaded "the Jury itself has to face another Jury, the Jury of Public Opinion". The tortuous trial concluded and Dimitrov was acquitted In retrospect, we now find that his accusers have been indicted as world's war enemies and sentenced accordingly History, said Engels, is about the most cruel of all goddesses. Georgi Dimitrov shines like a star interna. tionally inspiring from afar.

One of the last pieces Paul Bhaskar bas, with current relevance, included is the Nelson Mandela trial. Mandela is so near our bosoms, and all our countrymen are inspired by his great struggle against South African Fascism. He charged the repressive apartheid regime as the criminal because the segregated majority live like slaves and the minority-the White Master race lives in luxury and power, That is the apartheid doctrine. "What sort of justice is this that enables the aggrieved to sit in judgment over those against whom they have laid a charged"? Reading the defences of Mandela is an inspiring education in Human Rights.

Paul Baskar has covered two more trials of profound sentiment for us all; the Tirunelveli Conspiracy case of Vanchinathan and the Tuticorin Conspiracy case of V.O. Chidambaram. They kindle our patriotic pride. These two greats valiantly stood against foreign rule. Our country shall ever be proud of them, because their sacrifices have contributed to our freedom.

The makers of India and the defenders of human rights are not those who, dressed in their little brief authority, walk the global stage in glitter to-day talking rhetoric, but acting against a revolutionary transformation of mankind. But, truly, the builders of a new World Human Order are those great souls whose diamond-hard will challenged Might against Right and paved the way for a World Just Order, where man, every man has the birth right to dignity and development and full unfoldmen of his personality.

Paul Baskar having borrowed from other writings, liberally and creatively translated them and has placed us in a deep depth by writing this book. The duty of the community is to read and enrich itself. Swaraj will never be won until everyone is charged with the idea that self-government, in all its dimensions, is the rule of the human race by itself. Wherever Tamil is read and free people exist Paul Bhaskar will be bought or borrowed, I hope.

Cochin

27–10–1987

(V. R. KRISHNA IYER)

சில பதிவுகள்

இரண்டாண்டுகளுக்கு முன் சரியாக இதே போன்ற நவம்பர் மாத இரவொன்றில் இவர்களைப் படிக்க ஆரம்பித்தேன். உணர்ச்சி பெருக்கில் தத்தளித்தேன். படி, மேலும் படி. தேடு, இன்னும் தேடு. படித்தேன், தேடினேன், படித்தேன். நிறைய குறிப்புகள், ஆதாரங்கள், சட்ட ஏடுகள், பிரசுரங்கள், ஆவணங்கள் இப்படி எனது தேடல் இன்று இரவோடு தற்காலிகமாக நின்று போனது. இன்னும் கூட இதை சேர்த்திருக்கலாமோ இதை விட்டிருக்கலாமோ! இன்னும் கொஞ்சம் விரிவாக! இல்லை, சுருக்கமாக, கவர்ச்சியாக. இல்லை, சாரம் கெட்டு விடும், வீரம் போய்விடும். மிஞ்சியது என்னவாயிருக்கும் எனக்கு நானே மெருகேற்றிக்கொண்டது தான். என் தேசத்தை இன்னும் சிறப்பாக புரிந்து கொள்ள முயன்றிருக் கிறேன். என்னுடைய முன்னோர்கள் ஒன்றும் கோழைகளல்ல. மாவீரர்கள் தாம் என்று உணர்ந்திருக்கிறேன். தேசவிடுதலையா மனித குல விடுதலையா? இரண்டும் தான்.

தேச விடுதலை அல்லது மனித விடுதலைப் போராட்டம், சிறைவாசம், நீண்ட நெடிய விசாரணை, தண்டனை இவை எவ்வளவு பேரை கதாநாயகர்களாகவும் நம்மைப்போன்ற சராசரிகள் கண்டு வியக்கும் அவதார புருஷர்களாக ஆக்கி விட்டிருக்கிறது.

மனித குல விடுதலைக்காக தேச விடுதலைக்காக மனித மாண்பை உயர்த்துவதற்காக எண்ணற்ற பேர் போராடியிருக் கிறார்கள். எதிரிகளை கலங்கடித்திருக்கிறார்கள். விளைவாக குற்றவாளிக் கூண்டிலே ஏற்றப்பட்டு தண்டிக்கப்

பட்டிருக்கிறார்கள். சட்டப்படி கொல்லப்பட்டிருக்கிறார்கள். அத்தகைய ஹீரோக்கள் சிலரை இந்நூல் அறிமுகம் செய்கிறது.

இந்திய நாட்டின் விடுதலைக்காகப் போராடியவர்கள் மீதான வழக்குகளே பெரும்பாலும் இடம்பெற்றிருக்கின்றன. மகாத்மா காந்தி, திலகர், இந்திய தேசிய ராணுவ அதிகாரிகள், பகத்சிங், எம். என். ராய், மீரட் குற்றவாளிகள், காஷ்மீர சிங்கம் ஷேக் அப்துல்லா, முகலாய வம்சத்தின் கடைசி அரசனான பகதூர்ஷா. ஆகியோருடன் தமிழகத்தைச் சேர்ந்த வீர சிங்கங்கள் வாஞ்சி நாதன், கப்பலோட்டிய தமிழர் வ. உ. சி. சிதம்பரனார் ஆகிய பிரமுகர்கள் மீதான வழக்குகள் இத்தொகுப்பில் இடம் பெறுகின்றன. இவற்றிற்கான ஆதாரங்களைத் திரட்டுவதில் சிரமப்பட வேண்டியிருந்தது. பெரும்பான்மையான விபரங்களை அளித்தது பாப்புலர் ஜுரிஸ்ட் என்ற ஆங்கில சட்ட இதழில் பி. ஆர். அகர்வாலா எழுதிய தொடர். ரஜனிபாமிதத்தின் இன்றைய இந்தியா நூலும் பெருமளவில் உதவிற்று. தமிழக விடுதலை வீரர்கள் குறித்த குறிப்புகள் எனது கடுமையான முயற்சியிலும் கிடைக்காமல் போகவே மிகவும் கவலை யுற்றிருந்தேன். தமிழக வீரர்கள் இருட்டிப்பு செய்யப்படுகிறார்கள் என்ற ஆதங்கத்தாலும் நாமே அவர்களின் வழக்கு விபரமின்றி நூல் முற்றுப் பெற்றதாகிவிடாது என்று உறுதியாகக் கருதினேன்.

பிரிட்டிஷ் அரசு இந்திய தேசபக்தர்கள் மீது சுமத்திய வழக்கு அநீதியானது சட்டப்படி கூட சரியானது அல்லது என்பதை சில வழக்குகளில் சுட்டிக்காட்டி இருக்கிறேன். வேறு சில வழக்குகளில் பிரிட்டிஷாரின் சட்டம் எவ்வாறு இந்திய மக்களின் விடுதலைக்குரலை தடுக்க பயன்படுத்தப்பட்டது என்பதை அம்பலப்படுத்துகிறது.

இவை தவிர ஹிட்லரின் பாசிச அரசு டிமிட்ரோவ் மீது சுமத்தி நடத்திய வழக்கு இதில் இடம் பெறுகிறது. மனித குல முன்னேற்றத்தின் மாபெரும் எதிரியான ஹிட்லரின் அரசு பொய்கார அரசாக தலைகுனிந்து நிற்பதை டிமிட்ரோவ் வழக்கு சுட்டிக்காட்டுகிறது.

நூற்றாண்டின் மாபெரும் அவலம் நிறவெறி. தென் ஆப்பிரிக்காவின் வளங்களை சுரண்டுகிற வெள்ளை அரசு அம்மண்ணின் மைந்தர்களை அடக்குவதை, அடிமைப்படுத்து வதை எதிர்த்து எழுந்த மக்கள் குரலுக்கு தலைமை கொடுத்தவர் நெல்சன் மாண்டெலா. கடந்த கால் நூற்றாண்டாகவே சிறையில் வாடும் அவர் மீதான மூன்று வழக்குகள் இத்தொகுப்பில் சேர்க்கப்பட்டுள்ளன.

இவ்விசாரணைகளில் சட்ட கோணம் தான் பிரதானமாக இருக்கக்கூடும் என நினைக்கிறேன். வேறு சில விபரங்களை சேர்ப்பதற்கும் நீக்குவதற்கும் பிற ஏடுகளையும், நூல்களையும், ஆவணங்களையும் பார்வையிட்டு வந்தேன். வெறும் மொழி பெயர்ப்பாளன் வேலையல்ல என்னுடையது.

இந்நூலின் முன்னுரையை நீதிபதி வி. ஆர். கிருஷ்ணய்யர் அவர்களிடமிருந்து தான் பெறவேண்டும் என்பதில் பிடிவாதமாய் இருந்தேன். எனக்கு இம்மாதிரியெல்லாம் சிந்திக்க கற்றுக் கொடுத்த ஆசான் அவர். அவர் முன்னுரை யில்லாமல் புத்தக வெளியீடா? தன்னுடைய கடுமையான அலைச்சலுக்கும் பளுவிற்கும் மத்தியில் அன்புத் தொல்லையை ஏற்று முன்னுரை எழுதுகிறேன் என்று மகிழ்வுடன் ஒப்புக் கொண்டார். ஆனால் அவருக்கு தமிழில் உரையாடத் தெரியும் அளவிற்கு எழுதப் படிக்க சரளமாக வராது. மதிப்பிற்குரிய ஆசான் வி. ஆர். கிருஷ்ணய்யர் ஒரு தமிழர் என்பதே பலருக்கும் புதிய தகவலாயிருக்கும் என நினைக்கிறேன். பிரச்சனையை தீர்க்க நானும் நண்பர் மகபூப் பாட்சாவும் செப்டம்பர் 10-ல் கொச்சி சென்றோம். இந்த புத்தகம் முழுமையும் ஆங்கிலத்தில் மொழி பெயர்த்து எடுத்துச் சென்றேன். தவிரவும் தமிழிலேயே பெரும்பாலானவற்றை வாசித்து காண்பித்தேன். தமிழ் ஆங்கிலம் இரண்டிலும் பிரதிகளையும் குறிப்புகளையும் கொடுத்துவிட்டு வந்தேன். உள்ளூரில் தமிழ் நண்பர்களை உதவிக்கு வைத்துக் கொண்டு முன்னுரை அனுப்பிவிடுவதாக கூறினார். இந்நூலை வெளியிட அவர் அளித்த உற்சாகம் பெரிதும் பல மூட்டியது.

இந்திய விடுதலை வரலாற்றில் தமிழகத்தின் பங்கு மறைக்கப்படுகிறது என்பது பலரது குற்றச்சாட்டு. எனது ஆதங்கமும் அதுதான். வீரவாஞ்சிநாதனின் திருநெல்வேலி சதி வழக்கு கப்பலோட்டிய தமிழர் வ. உ. சிதம்பரனாரின் தூத்துக்குடி சதிவழக்கு இவை இரண்டுமே சிவலை இளமதி எழுதிய சரித்திரத்தை மாற்றிய சதிவழக்குகள் நூலில் வெளியானவற்றின் சுருக்கம். மேற்குறித்த வழக்குகளில் எனது புரிதலை மேலும் செழுமைப்படுத்த வேறு சில நூல்கள் உதவின.

இந்நூலை எழுத உதவிய ஆங்கில தமிழ் நூல்களின் பட்டியலும் புகைப்படங்களுக்கு உதவிய நூல்களின் பட்டியலும் இறுதியில் தரப்பட்டுள்ளன.

இவ்வெளியீட்டை சாத்தியமாக்கிய நியூஎட் பதிப்பகத்திற்கும், அச்சகத்துடன் தொடர்புகொண்டு அச்சு சார்ந்த பணிகளில் உதவிய என். பழனிச்சாமி, அவ்வப்போது ஆலோசனைகள் அளித்த நண்பர்கள் மகபூப் பாட்சா, எல். அந்தோணிசாமி, எனது முயற்சிகளில் ஒத்துழைத்து உற்சாகப்படுத்திய எனது பெற்றோர்களுக்கும், சகோதரர்களுக்கும் நெருங்கிய உறவினர்களுக்கும் என் நன்றியினை தெரிவித்துக் கொள்கிறேன்.

புகழ்மிக்க விசாரணைகளை செழுமைப்படுத்தவும் மறு பிரசுரங்கள் குறையின்றி வெளிவரவும் தங்களின் கருத்துகளை தயங்காமல் பகிர்ந்து கொள்ளும்படி அன்புடன் வேண்டுகிறேன்.

திண்டுக்கல்-9. அன்புடன்,

5-11-87 **ஜே. பால்பாஸ்கர்**

பொருளடக்கம்

	அணிந்துரை	4
	நீதிபதி கிருஷ்ணய்யரின் முன்னுரை தமிழில்	6
	" ஆங்கிலத்தில்	
	சில பதிவுகள்	26
1.	மகாத்மா காந்தி	33
2.	திலகர்	43
3.	இந்திய தேசிய ராணுவம்	53
4.	எம். என். ராய்	63
5.	சாவர்க்கர்	72
6.	பகத்சிங்	80
7.	லாகூர் சதி	94
8.	மீரட் சதி	103
9.	காஷ்மீர சிங்கம்	124

10.	டிமிட்ரோவ்	140
11.	பகதூரி ஷா	148
12.	சிதம்பரனாரி	158
13.	திருநெல்வேலி சதி	174
14	கறுப்பு சிங்கம் மாண்டெலா	196
15.	இரண்டாவது விசாரணை	206
16.	றிவோனியா விசாரணை	209

✦✦✦

உதவியவை

நூல் மற்றும் இதழ்கள்

1. 'பாப்புலர் ஜூரிஸ்ட்' - பல்வேறு இதழ்கள்
2. தளபதி வ. உ. சிதம்பரனார்,
   தொகுப்பு: முல்லை முத்தையா,
   இன்ப நிலையம், மயிலாப்பூர், சென்னை - 4.
3. சரித்திரத்தை மாற்றிய சதி வழக்குகள், சிவலை இளமதி, முன்னேற்றப் பதிப்பகம், சென்னை - 17.
4. "பகத்சிங்கும் இந்திய அரசியலும் சுப. வீரபாண்டியன், கனிமுத்து பதிப்பகம், சென்னை -6.
5. வீரவாஞ்சி, ரகமி, தினமணிக் கதிர் தொடர் கட்டுரை.
6. இன்றைய இந்தியா, ரஜனி பாமிதத், நியூ செஞ்சுரி புக் ஹவுஸ், சென்னை.

புகைப் படங்கள் :

1. பாப்புலர் ஜூரிஸ்ட்:
2. சுதந்திரப் போராட்டமும், மத்திய சட்ட சபையும், நேஷனல் புக் டிரஸ்ட், புதுடெல்லி.
3. India's struggle for Freedom, Album, Department of information & Cultural Affairs, Government of West Bengal, Calcutta
4. முகப்பு அட்டை : The Living Witness, Mary S. Costanza The Free Press, New York

மகாத்மா காந்தி

"யங் இந்தியா" பத்திரிக்கையின் ஆசிரியராக மகாத்மா காந்தி இருந்தார் என்பதை அனைவரும் அறிவர். அவர் எழுதிய கட்டுரைகள் தேசத்துரோக குற்றத்தை அவர் மீது பிரிட்டிஷ் அரசு சுமத்தக் காரணமாயிருந்தன. அப்பத்திரிக்கையின் வெளியீட்டாளரும் அச்சிடுபவருமான சங்கர்லால் பங்கர் என்பவரும் குற்றம் சாட்டப்பட்டார். யங் இந்தியா ஏடு அஹமதாபாத்திலிருந்து வெளிவந்தது.

கவர்னர் 1922 மார்ச் 4 அன்று மாவட்ட போலீஸ் அதிகாரி டானியல் ஹீலிக்கு ஒரு உத்தரவு பிறப்பித்தார். இ. பி கோ. 124 ஏ யின்

தேசப் பிதா மகாத்மா காந்தி

கீழான தேசத்துரோக குற்றத்திற்காக காந்தியையும் பங்கரையும் கைது செய்ய உத்தரவிட்டார். மார்ச் 11 அன்று அவர்களிருவரும் கைது செய்யப்பட்டு அஹமதாபாத் கூடுதல் மாவட்ட நீதிபதி முன்பு ஆஜர் செய்யப்பட்டனர். அந்நீதி மன்றத்திற்கு 1922-ம் ஆண்டின் முதல் வழக்கு அது.

சபர்மதி ஆசிரமத்தில் வசிக்கும் 53 வயதான இந்து பன்யா வகுப்பைச் சேர்ந்த விவசாயி மற்றும் நெசவாளர் தொழில் செய்யும், மோகன் தாஸ் கரம்சந்த் காந்தி என்பவரும் இந்து பன்யா வகுப்பைச் சேர்ந்த 32 வயதான பம்பாய் சௌபதி பகுதியின் நிலவுடைமையாளருமான சங்கர்லால் பங்கர் என்பவரும் 1922 மார்ச் 11ம் தேதி காலை 11 மணியளவில் கூடுதல் மாவட்ட மாஜிஸ்ட்ரேட்டிடம் கொண்டு வரப்பட்டனர். கட்டுரைகள் குறித்த சாட்சியங்கள் முன் வைக்கப்பட்டன. இவர்கள் ஏதேனும் அறிக்கை தர விரும்புகிறார்களா என மாஜிஸ்ட்ரேட் கேட்டபோது காந்தி இவ்வாறு பதில் சொன்னார்: அரசின் மீது அதிருப்தி கொண்டிருக்கும் விஷயத்தைப் பொறுத்தவரை நான் குற்றவாளி என்றே சொல்ல விரும்புகிறேன். யங் இந்தியா பத்திரிக்கையின் ஆசிரியரான நான் இப்போது என் முன்னிலையில் வாசிக்கப்பட்ட கட்டுரைகள் என்னால் எழுதப்பட்டவைதான் என்றும் இப்பத்திரிக்கையின் உரிமையாளர்களும் வெளியீட்டாளர்களும் பத்திரிக்கையின் கொள்கையை முழுமையாகக் கட்டுப்படுத்தும் உரிமையை எனக்கு அளித்திருந்தனர், அவ்வளவுதான்.''

எத்தகைய சாட்சிகளையும் தாம் அழைக்க விரும்பவில்லை என்றும், தாமதமின்றி உடனே செசன்ஸ் விசாரணைக்கு ஏற்பாடு செய்தால் தான் ஆட்சேபிக்கப்போவதில்லை என்றும் சொன்னார்.

கூடுதல் மாவட்ட மாஜிஸ்ட்ரேட் எல். என். பிரவுன் ''யங் இந்தியா'' ஏட்டின் ஆசிரியரான மோகன்தாஸ் கரம்சந்த் காந்தி 29-9-21, 15-12-21, 23-2-22 ஆகிய தேதியிட்ட பத்திரிக்கைகளில் இணைப்பில் கூறப்பட்டுள்ள வார்த்தைகளை எழுதி

இந்தியாவில் உள்ள பிரிட்டிஷ் அரசின் மீது அதிருப்தியை தூண்டியுள்ளார். இ பி. கோ. 124-ன் கீழ் தேச துரோக குற்றம் இழைத்துள்ளார். உங்கள் மீது சாட்டப்பட்டுள்ள குற்றங்கள் என்னால் விசாரிக்கப்பட முடியாது என்பதால், செசன்ஸ் விசாரணைக்கு உங்களை உட்படுத்துவதைத் தவிர எனக்கு வேறு வழியில்லை" என்றார்.

சபர்மதி சிறைக்கு இருவரும் அனுப்பப்பட்டனர். 18ம் தேதி செசன்ஸ் விசாரணை தொடங்கியது.

இவ்விசாரணை உலகின் கவனத்தை ஈர்த்தது. இந்தியாவின் பல்வேறு பகுதியிலிருந்தும் பார்வையாளர்கள் வந்து குவிந்தனர். மகாத்மாவின் மங்காத புகழும், அவர் மீது சாட்டப்பட்ட குற்றச்சாட்டுகளும், நாட்டின் அரசியல் சூழ்நிலை, ஒருவேளை அவர் தண்டிக்கப்பட்டால் ஏற்பட இருக்கும் பின் விளைவு களையும் அடிப்படையாகக் கொண்டு இவ்விசாரணை புகழ்மிக்க வரலாற்று சிறப்பு மிக்கதாகிவிட்டது.

மார்ச் 18 ஆம் தேதி 12 மணிக்கு அலஹாபாத் செசன்ஸ் நீதிமன்றத்தில் நீதிபதி ஆர். எஸ். ப்ரூம்பீல்ட் விசாரணையைத் துவக்கினார்.

நீதிமன்ற அறையில் அட்வகேட் ஜெனரல் சர் தாமஸ் ஸ்டிராங்மேன், அரசு வழக்கறிஞர் ராய்பகதூர் கிரிதர்லால், உத்தம்ராம், ஏ.சி. வில்டு ஆகியோர் இருந்தனர். இடது பக்கத்தில் காந்தியும் பங்கரும் நாற்காலிகளில் அமர்ந்திருந்தனர். பார்வையாளர்கள் வரிசையில் கஸ்தூரிபா காந்தி, சரோஜினி நாயுடு, பண்டிட் மாலவியா, என். சி. கல்கார், ஜே. பி. பெடிக்ட், அனுசுயா பென் சாராபாய் ஆகியோர் இருந்தனர்.

கடிகாரம் 12 மணி அடிக்க ஐந்து நிமிடம் இருக்கையில் காந்தியும் பங்கரும் நீதி மன்றத்திற்குள் நுழைந்தனர்.

குடும்ப விழா :

"சட்டத்தின் முன் கிரிமினல்! குற்றவாளி! ஆனால் அவர் நீதிமன்றத்தில் நுழைகையில், ஒருவர் பாக்கியில்லாமல்

எல்லோரும் எழுந்து நின்று அரைகுறை ஆடையணிந்த அவருக்கு மரியாதை செலுத்தினர்" என்று உணர்ச்சி பொங்க அந்தக் காட்சியை வர்ணித்தார் கவிக்குயில் சரோஜினி நாயுடு.

"நான் மனமுடைந்து போகிற பட்சத்தில் உங்களது ஆண்மை எனக்கு பலமூட்டும்" என்று குழந்தைத்தனமாகக் கூறி தனக்கே உரிய பாணியில் சிரித்தார் காந்தி. அவ்விசாரணைக்கு தொலை தூரங்களிலிருந்து குடும்பத்தோடு வந்திருந்த பலரைக் கண்ட அவர் "இது நீதிமன்றம் அல்ல, ஒரு குடும்ப விழாவாகும்" என்றார்.

குற்றங்களை ஒப்புக்கொள்ளல் :

குற்றப் பத்திரிக்கையில் கூறப்பட்ட ஒவ்வொரு குற்றத்தையும் ஒப்புக்கொள்வதாகக் கூறினார். குற்றப்பத்திரிக்கை சிறப்பாகத் தயாரிக்கப்பட்டிருப்பதாகப் பாராட்டி விட்டு மன்னரின் பெயர் அதில் விடுபட்டிருக்கிறது என்ற குறையையும் சுட்டிக் காட்டினார்.

இந்த ஒப்புதலின் பேரில் மட்டும் தண்டனை அளிக்காமல் விசாரணையைத் துவக்கும்படி அட்வகேட் ஜெனரல் கோரினார். ஒப்புதலை ஏற்றுக் கொண்ட நீதிமன்றம் அரசு தரப்பு என்ன கூற விரும்புகிறது என வினவியது.

ஆண்டுக்கணக்கில் தொடர்ந்து செய்யப்பட்டு வரும் பிரச்சாரத்தின் ஓர் அங்கமே இந்தக் கட்டுரைகள் என்றார் அரசு தரப்பு வழக்கறிஞர் அட்வகேட் ஜெனரல் ஸ்டிராங்மேன். திருகாந்தி படிப்பறிவுள்ளவர். தலைவர். இதனால் இப்பிரச்சாரம் அதிக ஆபத்தை விளைவிக்கும். சமீபகால நிகழ்வுகளை நீதி மன்றம் கவனத்தில் எடுத்துக்கொள்ளவேண்டும். அஹிம்சா முறை என்று கூறுவதெல்லாம் வெறும் பேச்சு. கடும் தண்டனை தேவையா என நீதிமன்றம் பரிசீலிக்க வேண்டும். இரண்டாவது குற்றவாளியின் மீதான குற்றம் கடுமையான தல்ல. ஆனால் குற்றங்கள் முக்கியமற்றவை அல்ல. பொருத்தமான அபராதம் விதிக்க வேண்டுகிறேன் என்றார் அவர்.

காந்தி பேசியபோது “எனது அறிக்கையை வாசிப்பதற்கு முன் அட்வகேட் ஜெனரல் என்னைப் பற்றிக் கூறிய எல்லா விஷயங்களையும் அங்கீகரிக்கிறேன். அதிருப்தியை பரப்புகிறேன் என்பதைப் பொறுத்த வரை அவர் கூறியதற்கு முந்தைய ஆண்டுகளிலேயே பல ஆண்டுகளாக நான் அக்காரியத்தை செய்து வருகிறேன் என்று ஒப்புச்கொள்கிறேன். பம்பாய் சென்னை பிற இடங்களில் நடைபெற்ற வன்முறை சம்பவங் களுக்கு நானே பொறுப்பேற்கிறேன். எனது செயல்களின் விளைவுகளை நான் உணர வேண்டும் என்பது சரிதான். நான் நெருப்போடு விளையாடுகிறேன். நான் விடுதலை செய்யப் பட்டால் மீண்டும் அதே காரியத்தைத்தான் செய்வேன். அது நான் என் மக்களுக்குச் செய்ய வேண்டிய கடமை நான் இரக்கங் காட்டும் கோரவில்லை. நீதி மன்றம் தன் கடமையைச் செய்யட்டும்.

பின்னர் அறிக்கையினை வாசித்தார். அதன் சுருக்கம் :

“தென்னாப்பிரிக்காவில் ஒரு கொந்தளிப்பான சூழலில் 1893ல் என் பொது வாழ்க்கை ஆரம்பித்தது. நான் ஒரு இந்தியன் என்ற வகையிலும் ஒரு மனிதன் என்ற வகையிலும் பிரிட்டிஷ் அதிகாரிகளோடு எனது தொடர்பு மகிழ்ச்சியான ஒன்றாக இல்லை. எனது மனித உரிமைகள் நான் ஒரு இந்தியன் என்பதாலேயே எவ்வித உரிமையுமற்றவன் என உணர்த்தின.

ஒத்துழையாமை மூலம் இந்தியாவிற்கும் இங்கிலாந் திற்கும் நான் சேவை செய்துள்ளேன். நல்லவற்றோடு உறவு கொண்டாடுதல் போலவே தீமையோடு ஒத்துழைக்காமல் இருப்பதும் சரியானதுதான். தீய சக்திகளுக்கு ஒத்துழையாமை ஒருவன் முறை பாடமாக கடந்த காலத்தில் அமைந்து விட்டது. வன்முறை' தீமைகளை அதிகரிக்கிறது என்பதை என் சகாக்களுக்கு உணர்த்தி வருகிறேன். தீமையோடு ஒத்துழைக்காமல் இருப்பதற்காக அபராதம் செலுத்துவது கூட அஹிம்சையின் ஒரு பகுதியே. மகிழ்வுடன் தண்டனையை ஏற்பதே குடிமகன் என்ற முறையில் எனது கடமையாகும். நீதிபதியாகிய உங்கள்

முன் இரு வழிகளே உள்ளன. நீங்கள் நிறைவேற்றப்பட வேண்டிய சட்டம் தீமையோடு உள்ளது. எனக்கருதி உங்கள் பதவியை ராஜினாமா செய்வது. மற்றது உங்கள் அமைப்பும் சட்டமும் சரியானது தான் எனக்கருதி என் மீது அதிகபட்சம் அபராதம் விதிப்பது தான்".

நீதிமன்றத்தில் குறிப்பெடுப்பவரான ஒருவர் நீதிமன்ற சூழலைக் கீழ்கண்டபடி விவரிக்கிறார்.

"அவர் அறிக்கை வாசித்தபோதும், அதற்கு ஒரு சில நிமிடங்கள் பின்பும் அவ்வறையில் நிலவிய சூழ்நிலையை விவரிப்பது இயலாத காரியம். அவரது ஒவ்வொரு வார்த்தையையும் அங்கு கூடியிருந்தவர்கள் மிகுந்த அமைதியுடன் ஆர்வத்துடன் கவனித்தனர். நீதிபதி, அட்வகேட் ஜெனரல், ராணுவ அதிகாரி, அரசியல் பிரமுகர்கள் கண் சிமிட்டாமல் அமர்ந்திருந்தனர். அவர் 15 நிமிடங்களுக்கு வாசித்தார். ஒவ்வொரு நிமிடமும் ஆர்வம் அதிகரித்தது. வெளிப்படையான ஒப்புதல் தர்க்கரீதியாக விவரித்தல், கணீரென்ற குரல், உயர்ந்த சிந்தனை, தெளிவான உச்சரிப்பு அனைவரையும் மயக்கியது. ஒரு நிமிடம் யார் குற்றவாளிக்கூண்டில் நிற்கிறார் என்பதே மறந்துபோய்விட்டது. காந்தியின் முன் பிரிட்டிஷ் அரசா அல்லது பிரிட்டிஷ் நீதிபதி முன் காந்தியா என்றே புரியவில்லை"

வாசித்து முடித்தபின் நிசப்தம் நிலவியது. முணுமுணுப்பு கூட கேட்கவில்லை. குண்டூசி விழும் சப்தம்கூடக் கேட்டிருக்கும். மிகவும் வருத்தம் தோய்ந்து காணப்பட்டது நீதிபதிதான், தன் உணர்ச்சிகளை அடக்கிக்கொண்டு. குரலைத்தெளிவாக்கிக் கொண்டு பலம் சேர்த்து கவனத்துடனும், கண்ணியமான வார்த்தைகளுடனும் தன் தீர்ப்பைக் கூறினார். வேறுயாரும் இதைவிட சிறப்பாக செய்திருக்க முடியாது.

அவர் வழக்கமாக விசாரிக்கும் குற்றாவளி அல்ல இப்போது நிற்பவர். இனியும் இப்படி ஒரு விசாரணை அவர் நடத்தப்போவது இல்லை. மிகுந்த மரியாதையுடன் ஆறாண்டு சாதாரண சிறை தண்டனை அளித்துத் தீர்ப்பளித்தார்

தீர்ப்பு :

குற்றத்தை ஒப்புக்கொண்டதன் மூலம் எனது வேலையை எளிதாக்கிவிட்டார் காந்தி. சரியான தண்டனை எது என்பதை தீர்மானிப்பதே என் முன் உள்ள கேள்வி. இது இந்நாட்டிலுள்ள எந்த நீதிபதிக்கும் இல்லாத பிரச்சனை எனக்கு வாய்த்திருக்கிறது. சட்டம் தன் முன் உள்ள நபர்களை மதிப்பதில்லை. நான் இதுவரை விசாரித்த நபர்களைப் போன்றவரல்ல தாங்கள். இனியும் இதுபோன்ற நபர்கள் என் முன்னே நிறுத்தப்படப் போவதில்லை. உங்கள் தேசத்தின் கோடிக்கணக்கான மக்களின் கண்களில் நீங்கள் பெரிய தேசபக்தர் : பெரிய தலைவர். அரசியலில் தங்களிடம் வேறுபடுபவர்கள் கூட உங்களின் உயரிய லட்சியங்களையும் உன்னதமான புனித வாழ்க்கையையும் போற்றத் தவற மாட்டார்கள். நான் உங்களின் ஒரு செயல். பாட்டை மட்டுமே கவனிக்க வேண்டிய நிலையில் இருக்கிறேன். நீங்களே ஒப்புக்கொண்டபடி சட்டத்தை மீறியிருக்கிறீர்கள். சாதாரணமாக அரசுக்கு எதிரான மிகப் பெரிய குற்றம் அது. அதே நேரத்தில் வன்முறைக்கு எதிராக நீங்கள் தொடர்ந்து போதித்து வந்துள்ளீர்கள் என்பதை அறிவேன். பல சந்தர்ப்பங்களில் வன்முறையைத் தடுத்திருக்கிறீர்கள் ....

பன்னிரண்டு ஆண்டுகளுக்கு முன் திலகர் மீதான இதே பிரிவின் கீழான வழக்கின் தீர்ப்பை முன்னுதாரணமாகக் கொண்டு ஆறாண்டு சாதாரண சிறைவாசம் அளிக்கிறேன். பின்னால் அரசு தண்டனைக் காலத்தைக் குறைத்து தங்களை விடுதலை- செய்தால் என்னைக் காட்டிலும் மகிழ்ச்சியடைபவர் யாருமிருக்கமாட்டார்

பிரியாவிடை :

முழுவிசாரணையும் நூறு நிமிடங்கள் நடந்தது. ஒவ்வொரு நிமிடமும் இந்திய சுதந்திர வரலாற்றுப் புத்தகத்தின் ஒவ்வொரு பக்கங்களாயின. அவர் அறையைவிட்டு வெளியேறு முன்பு அங்கு கூடியிருந்த ஒவ்வொருவரும் வரிசையாக அவரருகில் வந்து உணர்ச்சி. வசப்பட்டனர். எல்லோரிடமும் பேசினார்;

புன்னகைத்தார்; நலன் விசாரித்தார். இதற்கு ஒரு மணி நேரம் பிடித்தது. வெளியே ராணுவ அதிகாரிகள் காரில் காத்திருந்தனர். அவர்கள் மிகவும் மரியாதையுடனும் அன்புடனும் அவரிடம் நடந்து கொண்டனர்.

இரண்டு மணியளவில் கஸ்தூரிபா, பண்டிட் மாளவியா, பங்கர், சரோஜினி நாயுடு இவர்களுடன் காரில் நுழைந்தார். "மகாத்மா காந்தி வாழ்க" என்ற கோஷம் விண்ணைத் தொட்டது. சிறு விரல் அசைவின் மூலம் கோஷங்களை நிறுத்தினார் அவர்.

சாக்ரட்டீஸ் மீதான விசாரணை தவிர வேறெதுவுமே மனித வரலாற்றில் காந்தியின் விசாரணையைப் போல வரலாற்றுச் சிறப்பு மிக்கதாக இல்லை.

❖ ❖ ❖

திலகர்

கர்ஸான் பிரபுவின் வங்கப்பிரிவினை நாடெங்கிலும் வன்முறை எதிர்ப்பைக் கிளப்பியது.

பீகாரிலுள்ள முசாபர்பூரில் வெடித்த குண்டு இரு பிரிட்டிஷ் பெண்களைப் பலி கொண்டதன் காரணமாக அடக்கு முறை கோரத்தாண்டவமாடியது.

லோக்மான்ய பால கங்காதர திலகர் நடத்தி வந்த "கேசரி" என்ற மராத்திய வாராந்தரி இதழ் இந்நிலை குறித்துத் தலையங்கங்கள் எழுதியது.

இதன் காரணமாகத் திலகர் இரண்டாம் முறையாக விசாரணைக்கு உள்ளாக்கப்

திலகர்

பட்டார். இதற்கு முன்னரே 1897ல் 124ஏ என்ற தேசத்துரோகப் பிரிவின் கீழ் அவர் 18 ஆண்டுகள் கடுங்காவல் தண்டனை யளிக்கப்பட்டார்.

வங்காளத்தைச் சேர்ந்த தீவிரவாதிகள் பீகாரிலுள்ள முசாபர்பூரில் வெடிகுண்டு வீசிய சம்பவம் குறித்து 'கேசரி'யில் எழுதியமைக்காகத் திலகர் மீது தேசத்துரோகக் குற்றம் சுமத்தப் பட்டதே இரண்டாவது வழக்காகும். இவ்வழக்கில் திலகர் தானே வாதாடினார். பம்பாய் உயர்நீதி மன்றத்தில் மூன்று வாரங்கள் நடைபெற்ற இவ்வழக்கின் போது திலகர் தனக்கு அளிக்கப்பட்ட 6 ஆண்டுகள் பர்மாவுக்குக் கடத்தப்படுதல் 1000 ரூபாய் அபராதம் இவற்றை ஏற்றுக் கொண்டு முழங்கினார்.

"எனக்கு தண்டனை அளிக்கப்பட்டுள்ள போதிலும் நான் குற்றமற்றவன் என்றே கூற விரும்புகிறேன். நான் விடுதலை பெற்று வெளியில் இருப்பதைக் காட்டிலும் தண்டனை பெற்றுத் துன்பப்படுதலே எனது லட்சியத்தை மலரச் செய்யும் என்பது ஆள்வோரின் விருப்பம்போலும்"

இவ்வாசகங்கள் பம்பாய் உயர்நீதி மன்றத்தில் பொறிக்கப்பட்டிருப்பதை இன்றும் காணலாம்.

நாடு கடத்தல் தண்டனை முடிந்த பின் வெளிவந்த திலகர் மூன்றாம் முறையாக 1916 தேசத்துரோகக் குற்றத்திற்காக விசாரிக்கப்பட்டார். ஆனால் இம்முறை சிறைத்தண்டனை ஏதும் அளிக்கப்படவில்லை.

இரண்டாவது வழக்கு முக்கியத்துவம் வாய்ந்ததாகும். இவ்வழக்கு 124-ஏ, 153-ஏ ஆகிய பிரிவுகளின் கீழ் வழக்கு தொடரப்பட்டிருந்தது. தேசத்துரோகக் கருத்துக்களைப் பரப்புவதாயும் வகுப்புகளுக்குகிடையில் மோதலை உண்டாக்கு வதாயும் குற்றம். இரு குற்றங்களும் வெவ்வேறாக விசாரிக்கப் படவேண்டுமா ஒன்றாக விசாரிக்கப்படவேண்டுமா என்ற வினா எழுந்தது. அரசின் விருப்பம் தனித்தனியே விசாரிக்க வேண்டும் என்பதே. அவ்வாறே உயர்நீதி மன்றம் விசாரித்தது.

திலகரின் சார்பில் ஜாமீன் மனு தாக்கல் செய்த ஜின்னா திலகர் சர்க்கரை வியாதிக்குத் சிகிச்சை பெற்று வருகிறார் என்றும், 'கேசரியில்' வெளியான கட்டுரைகளில் நிறைய மொழிபெயர்ப்புத் தவறுகள் இருப்பதால் திலகரே மொழி பெயர்ப்புச் செய்கிற வகையிலும் அவரை ஜாமீனில் விடவேண்டும் என்றும் விசாரணைக்கு அவர் அவசியம் வந்துவிடுவார் என்று நம்பலாம் என்றும் கூறினார். 1897 வழக்கில் பாரிஸ்டர் தவாரின் மனுவை ஏற்று நீதிபதி தியாப்ஜி, திலகருக்கு ஜாமீன் அளித்திருந்தார் என்பதையும் ஜின்னா நினைவூட்டினார். அவ்வழக்கில் திலகருக்காக ஜாமீன் கோரிய தவார்தான் இம்முறை நீதிபதி ஸ்தானத்தில் இருந்து ஜாமீன் மனுவை நிராகரித்தார் என்பது குறிப்பிடத்தக்க ஒன்றாகும்.

ஐரோப்பியர்களையும் ஆங்கிலோ இந்தியர்களையும் கொண்ட ஜுரிகள் இவ்வழக்கை விசாரிக்கக்கூடாது. ஏனெனில் இவ்விரு இனங்களுக்குகெதிராகத் திலகர். 'கேசரி' பத்திரிக்கையில் எழுதியிருப்பது தீர்ப்பைப் பாதிக்கக்கூடும். தவிர திலகர் எழுதிய கட்டுரையின் மூல மொழியை இவர்களால் புரிந்து கொள்ள இயலாது என பாரிஸ்டர் ஜோசப் பாப்டிசா வாதாடினார். 153-ஏயின் படியான குற்றச்சாட்டின் சாரமே ஐரோப்பியர்களுக்கெதிரான வெறுப்பை திலகர் உருவாக்கினார் என்பதே. ஆனால் நீதிபதி தவார் இவ்வாதங்களை ஒதுக்கித் தள்ளிவிட்டு 1908 ஜுலை 13ல் விசாரணையைத் தொடங்கப் போவதாக அறிவித்தார்.

திலகரின் வாழ்க்கை வரலாற்றை எழுதிய தனஞ்ஜய்கீர் எழுதுகிறார்.

"அந்த சூழ்நிலை மோசமானதாக இருந்தது. தாய் மகராஜ் வழக்கிலேயே திலகரின் பணம் முழுக்கக் கரைந்து கொண்டிருந்தது. எல்லோரும் பயந்து போய் இருந்தனர். தனக்காக வழக்காட முதல் தர வழக்கறிஞர் யாரையும் திலகரால் ஏற்பாடு செய்ய முடியவில்லை. அத்தகைய வழக்கறிஞர்கள் யாரும் வழக்காட முன்வரவுமில்லை. வழக்கு

குறித்த விபரங்களைப் பத்திரிக்கையில் வெளியிட திலகரின் வலதுகரம் போனற கெல்கார் முயன்ற போது பம்பாயிலுள்ள அச்சகங்கள் அச்சிடத் தயாராயில்லை."

இதனால் தான் திலகர் தாமே வாதிடுவதெனத் தீர்மானித்திருந்தார். திலகர் சிறையிலிருந்து உயர்நீதி மன்றத்திற்கு அழைத்து வரப்படும் போதெல்லாம் தங்கள் தலைவரைக் காண வந்த மக்கள் கூட்டத்தைக் கட்டுப்படுத்த இயலாமல் போனதால் உயர் நீதிமன்றக் கட்டிடத்தின் மாடியிலேயே ஒரு அறை தயார் செய்யப்பட்டு அங்கேயே அடைக்கப்பட்டார். அவரது அசைவுகள் கூட வெகு ஜாக்கிரதையாகக் கண்காணிக்கப்பட்டன.

கேசரி ஏட்டில் 1908 மே 12 அன்று வெளியான 'தேசத்தின் துரதிஷ்டம்' என்ற கட்டுரை தேசத் துரோகக் குற்றமாகவும், 1908 ஜுன் 9 அன்று வெளியான 'இவை போதுமானவை அல்ல' என்ற கட்டுரை தேசத் துரோகம் மற்றும் வகுப்புகளுக்கிடையில் துவேஷத்தை வளர்த்தல் ஆகிய இரு குற்றங்களும் சேர்ந்ததாக அரசு தரப்பில் கூறப்பட்டது.

அரசு தரப்பில் அட்வகேட் ஜெனரல் இன்வெர்ட்டி வாதத்தை துவக்கினார். மராத்தி மொழியை அவர் சரிவர அறிந்திருக்கவில்லை. கட்டுரையில் தேசத்தின் துரதிருஷ்டம் என திலகர் குறிப்பிட்டது பிரிட்டிஷ் ஆட்சியைத்தான் என்றும் மற்ற நாடுகளில் நடைபெற்றதைப் போலவே வெடி குண்டுகளும் கொலைக்ளுமே இந்தியா அரசில் உரிமைகள் பெற உதவ முடியும் என திலகர் ஆலோசனைகளை கட்டுரையில் கூறினார் என்றும் அட்வகேட் ஜெனரல் அடுக்கினார்.

அளவுக்கு மீறிப் பொறுமையைச் சோதிக்கிற அதிகார வர்க்கமே வெடிகுண்டு வெடித்தமைக்குக் காரணம் என திலகர் தன் கட்டுரையில் கூறியிருப்பது வகுப்புகளுக்கிடையில் துவேஷத்தை வளர்த்த குற்றமாகிறது என்றது அரசு தரப்பு.

மேலும் திலகர் பிரிட்டிஷ் அரசை பலவீனப்படுத்தும் விதமாய் வெடிகுண்டு வீசியவர்கள் மீது அனுதாபத்தைத்

தெரிவிப்பதாகவும், சுயராஜ்யத்தை பிரிட்டிஷார் தராவிட்டால் ரஷ்யாவில் நடந்ததைப் போல இங்கும் நடக்கும் என்றும் பொருள்பட எழுதியதாக அரசு தரப்பு குற்றம் சாட்டியது.

மண்ணின் மைந்தர்களுக்கெதிராக வெள்ளையர்கள் செயல்படுவதாக திலகர் எழுதியதின் மூலம் இரு வகுப்புகளுக் கிடையில் உணர்வைத் தூண்டி ஆட்சியாளர்களை அந்நியப்படுத்த முயல்கிறார் என்றும் குற்றம் சாட்டப்பட்டது.

குறுக்கு விசாரணை :

கவனத்துடனும் மிகுந்த புத்திசாலித்தனத்துடனும் திலகர் குறுக்கு விசாரணை செய்தார். இதற்காக அவர் மிகவும் சிரமப்பட்டிருந்தார்.

அரசு தரப்புச் சாட்சிகளான பாஸ்கர் ஜோஷி என்ற மொழி பெயர்ப்பாளரையும் போலீஸ் அதிகாரி சல்லிவன் என்பரையும் நன்றாகக் குறுக்கு விசாரணை செய்தார்.

மொழிபெயர்ப்பு நீதிமன்றத்திற்குத் தவறான அர்த்தத்தை அளிக்கும்படி உள்ளதென அகராதியின் உதவியுடன் நிரூபித்தார். கட்டுரையின் சாரத்தை மொழி பெயர்ப்பு வக்கிரக் கண்ணோட்டத்துடன் மாற்றி விட்டது எனவும் நிரூபித்தார்.

கேசரி அலுவலகத்தையும் பூனாவிலிருந்த தனது வீட்டையும் சோதனை செய்த அதிகாரியைத் தன் வாயாலேயே உண்மையான சோதனை ஆணையில் திலகரின் வீடு இடம் பெறவில்லை என்பதையும் பின்னர் எப்போதோ சேர்க்கப் பட்டது என்பதையும் ஒப்புக் கொள்ளச் செய்தார்.

பத்திரிக்கையாளன் என்ற வகையிலும் பொது ஊழியன் என்ற வகையிலும் நிர்வாகம் குறித்த ஆரோக்கியமான விமர்சனங்களை முன் வைப்பது தனது கடமைகளில் ஒரு பகுதி என்றார் திலகர்

ஆறு நாட்களாக 22 மணி நேரத்திற்தத் திலகர் தன் எதிர் வாதங்களை முன் வைத்தார். கேசரியின் கட்டுரைகள் அரசாங்கத்தின் அடக்குமுறைக் கொள்கைகள் குறித்த

எச்சரிக்கை மாத்திரமின்றி மக்களின் அபிலாஷைகளைப் பூர்த்தி செய்யும் விதமாய்ச் சலுகைகள் அளிக்கப்பட வேண்டும் எனக் கோருவதும் ஆகும் என்கிறார்.

*153.*ஏ பிரிவின் கீழான குற்றச்சாட்டான வகுப்புகளுக் கிடையில் எதிர்ப்பை வளர்ப்பது குறித்து கூறுகையில் அரசு தரப்பு குறிப்பிட்டது இனங்களை அல்ல, வகுப்பைத்தான். உண்மையில் இரு வகுப்புகள் தான் உண்டு. ஒன்று அதிகாரம் சார்ந்தது. மற்றது அதிகாரத்திற்கு எதிரானது என்றார்.

திலகர் பேசியவை :

ஜூரிகளை நோக்கித் திலகர் நாலரை நாட்களாகப் பேசினார். தேசத்துரோகக் குற்றம் தொடர்பாக மூன்று விஷயங்களைப் பரிசீலிக்கும்படி கேட்டுக் கொண்டார்.

முதலாவதாப் பத்திரிக்கையில் வெளியானவற்றிற்குத் தாமே பொறுப்பேற்பதாகக் கூறினார்.

இரண்டாவதாக மறைமுகமாகத் தாக்கியது தொடர்பான குற்றச்சாட்டில் ஆதாரமில்லை. காரணம் அவை மராத்தி மூலத்தில் அப்படித் தோன்றவில்லை. ஆங்கில மொழி பெயர்ப்பு வக்கிர புத்தியுடன் திரிக்கப்பட்டு உள்ளது என்றார்.

மூன்றாவதாகத் தனது கட்டுரையின் நோக்கம் என்ன என்பதற்கான ஆதாரமாகக் கையெழுத்திடப்படாத, தேதியிடப் படாத, தபால் தலை ஒட்டப்படாத அஞ்சல் அட்டையைக் காட்டுவது தவறாகும் என்று கூறினார்.

முடிவாக அவர் நீதிபதிகளைப் பார்த்து கூறினார். மக்கள் ஒருபுறமும், வலிமையான அதிகார வர்க்கம் ஒரு புறமுமாக நின்று மாபெரும் போராட்டம் நடந்து வருகிறது. எனக்கு, தனிப்பட்ட எனக்கல்ல, முழு இந்தியாவுக்குமே உதவும்படி உங்களைக் கேட்டுக் கொள்கிறேன். நான் எனது வாழ்நாளின் இறுதிக் கட்டத்தில் நிற்கிறேன். எனக்கு இன்னும் சில ஆண்டுகளே உள்ளன. ஆனால் உங்களது தீர்ப்பு சரியானதா அல்லது தவறானதா என்பதை எதிர்காலத் தலைமுறைகள் பார்க்கும்.

இந்தியப் பத்திரிக்கை சுதந்திர வரலாற்றில் உங்களின் தீர்ப்பு மறக்க முடியாத ஒன்றாக இருக்கும். எனவே உங்களில் யாரேனும் ஒருவரேனும் நான் செய்தது சரியானதுதான் என்று சொல்வீர்களானால். நான் திருப்தியடைவேன். அப்படிச் சொல்வது ஒரு தார்மீக ஆதரவைத் தரும். நீதிபதிகளின் ஒருமித்த தீர்ப்பு இல்லாத பட்சத்தில் இந்தியாவில் மறுவிசாரணை கிடையாது, இங்கிலாந்தில் தான் அப்படி. எனவே உடனடியாகத் தண்டிக்க இயலாது போய் விடுமோ என நீங்கள் அஞ்சத் தேவையில்லை. எனக்காக அல்ல. இந்த லட்சியத்தின் புனிதத்தன்மை கருதி, என்றாவது ஒரு நாள் நாம் செய்த பாவ புண்ணியங்களுக்கு இறைவனிடம் கணக்குத் தரவேண்டிய நாளை நினைத்து, தைரியம் பெற்று நியாயத்தைக் கூறும்படி கேட்டுக்கொள்கிறேன்.

நான் உங்களிடம் கருணை காட்டச் சொல்லி மன்றாடவில்லை. எனது செயல்பாடுகளின் விளைவுகள் எதுவாயினும் சந்திக்கத் தயாராயிருக்கிறேன் என்றார்.

பின்னர் பேசிய அட்வகேட் ஜெனரல் திலகர் கூறியவற்றை எதிர்வாதமாகக் கருதவே முடியாது. ஆனால் அவரின் சீடர்கள் இதைப் புகழ்மிக்க எதிர்வாதமாகக் கருதுகின்றனர் என்றார்.

திலகரின் வாதத்தை ஏற்றுத் திலகரின் செயல்களுக்கு இந்த நீதிமன்றம் அங்கீகாரம் வழங்கும் என்றால் இந்நாட்டில் ரத்த ஆறு ஓடும் (வெள்ளையர்கள் சுதேசிகளால் கொல்லப்படுவார்கள்.) என்று நீதிபதிகளை எச்சரித்தார்.

ஆங்கிலேயர்களான நீதிபதிகளிடம் ஓர் ஆங்கிலேய அட்வகேட் ஜெனரல் அதுவும் 1908ல் இவ்வாறு கனல் தெறிக்கக் கூறினால், தீர்ப்பு எதிர்பார்க்கக் கூடியதுதானே.

இரவு 8 மணிக்கு நீதிபதி வழக்கைச் சுருக்கமாகக் கூறினார். ஜுரிகள் 8-30 மணிக்கு ஓய்வெடுக்கச் சென்றனர். வழக்கு மன்றத்தில் மயான அமைதி நிலவியது. அமைதியைக் கிழித்துக் கொண்டு திலகர் தமாஷாகக் கூறினார். “நாம் அனைவரும்

நமது கடைசி தேநீரை அருந்துவோம்." 9-20 மணிக்கு ஜூரிகள் திரும்பினர்.

எழுவரில் ஐவர் திலகர் மூன்று குற்றங்களையும் செய்ததாகச் சொன்னார்கள். இருவர் அவர் மூன்று குற்றங்களைச் செய்யவில்லை என்று கூறினர்.

தண்டனை அளிக்கப்படுவதற்கு முன்னர் நீங்கள் ஏதேனும் கூற விரும்புகிறீர்களா எனக் கேட்டபோதுதான், அந்த மறக்க முடியாத வாசகங்களை மிகுந்த தைரியத்துடன் கூறினார். பம்பாய் உயர்நீதி மன்றத்தை இன்னும் அலங்கரிப்பவை அந்த வாசகங்களே.

பொறுமையிழந்து போனவர்களாய்ப் பெரும் மக்கள் கூட்டம் குளிர் நடுக்கிய அந்த மழை பொழியும் இரவில் நீதிமன்றத்தின் வெளியே நின்று கொண்டிருந்தது.

நீதிமன்றத்தின் பின்புற பாதை வழியே திலகர் விரைந்து கொண்டு செல்லப்பட்டார்.

பம்பாய் ரயில் நிலையத்தில் ஒரு ரயில் வண்டி அவரை நாடு கடத்தத் தயாராக நின்று கொண்டிருந்தது.

✦✦✦

இந்திய தேசிய ராணுவம்

டெல்லி செங்கோட்டையில் இரு வரலாற்று முக்கியத்துவம் வாய்ந்த விசாரணைகள் நடைபெற்றன.

1858-ல் கடைசி முகலாய பேரரசரான பகதூர்ஷா மீதான விசாரணை நடைபெற்று அதுவே முகலாயர் ஆட்சிக்கு சமாதி கட்டி பிரிட்டிஷ் ஆதிக்கத்தை வலுப்பெறச் செய்தது. அவ்வழக்கில் ஓர் அரசன் விசாரிக்கப்பட முடியுமா சட்டப்படி அவ்விசாரணை நியாயமானது தானா என்ற இரு சர்வதேச சட்டம் சார்ந்த கேள்விகளை எழுப்பியது.

அதேபோல 1945-ல் அதே டெல்லி செங்கோட்டையில் இந்திய தேசீய ராணுவம் மீதான விசாரணை நடைபெற்றது.

நேதாஜி
சுபாஷ் சந்திர போஸ்

சுபாஷ் சந்திரபோஸ் தலைமையில் உருவெடுத்த இந்திய தேசிய ராணுவம் குறித்து அனைவரும் அறிவர். கீழ் திசை நாடான ஜப்பான் இரண்டாம் உலகப்போரில் தோற்ற பின்பு பர்மாவில் போரிட்டுக் கொண்டிருந்த இந்திய தேசிய ராணுவம் சரண் அடைந்தது.

கேப்டன் ஷா நவாஸ் கான், லெப்டினன்ட் தில்லான், காப்டன் செகல் ராணுவக் கோர்ட்டால் விசாரிக்கப்பட்டனர். 1945 நவம்பர் 5 லிருந்து டிசம்பர் 31 வரை நடைபெற்ற இவ்விசாரணை இந்தியாவில் மட்டுமின்றி உலக நாடுகளிலும் பொதுமக்களால் பெருமளவு பேசப். பட்டது.

நீதிபதிகளாக மேஜர் ஜெனரல் ப்ளாக்ஸ்லாண்ட் தலைமையில் 7 பேர் அங்கம் வகித்தனர். அரசு தரப்பில் என் ஜினியர், வால்ஸ் இருவர் இருந்தனர். குற்றம் சாட்டப்பட்டோர் தரப்பில் புலாபாய் தேசாய் தலைமையில் ஜவஹர்லால் நேரு, அசாப் அலி உட்பட 19 பேர் ஆஜராயினர்.

குற்றம் :

பஞ்சாப் ரெஜிமெண்டைச் சேர்ந்த காப்டன் ஷா நவாஸ்கான், பலுச்சி ரெஜிமெண்டைச் சேர்ந்த காப்டன் செகல், பஞ்சாப் ரெஜிமெண்டைச் சேர்ந்த லெப்டினென்ட் தில்லான் ஆகியோர் மீது குற்றம் சுமத்தப்பட்டது. இந்திய ராணுவ அதிகாரிகளான இவர்கள் டெல்லியுடன் பணியாற்றியிருந்தனர்.

முதல் குற்றம் :

(மூவர் மீதும் : இந்திய ராணுவச்சட்டம் 41-ம் பிரிவின் கீழ் மலேசியா, ரங்கூன், போபா மலை அருகில், கியாக்படாங்க் அருகில் போன்ற இடங்களிலும் பர்மாவின் பல்வேறு பகுதிகளிலும் 1942 செப்டம்பர் மாதத்திலிருந்து 1945 ஏப்ரல் வரை இந்தியப் பேரரசருக்கெதிராக போர் தொடுத்தனர்.

இரண்டாவது குற்றம்:

(தில்லான் மீது மட்டும், இ. ரா. ச. 41ன் கீழ்) பர்மாவிலுள்ள போபா மலை பகு தியில் 1945 மார்ச் மாதம் 6ம் தேதி வாக்கில் ஹரிசிங் என்பவரை கொன்றது.

மூன்றாவது குற்றம் :

(செகல் மீது மட்டும், இ.ரா. ச, 41ன்படி கீழ்) பர்மாவிலுள்ள போபா மலை பகுதியில் 1945 மார்ச் 6ம் தேதி வாக்கில் ஹரிசிங் என்பவரைக் கொன்றது.

நான்காவது குற்றம் :

(தில்லான் மீது மட்டும், இ. ரா. ச. 41ன் கீழ்) போபா மலை பகுதியில் 1945 மார்ச் 6 வாக்கில் தல்சந்த் என்பவரை கொன்றது.

ஐந்தாவது குற்றம் :

(செகல் மீது மட்டும், இ. ரா. ச. 41-ன் கீழ்) போபா மலை பகுதியில் 1945 மார்ச் 6 அன்று தல்சந்த் என்பவரை கொன்றது.

ஆறாவது குற்றம் :

(தில்லான் மீது மட்டும் இ. ரா. ச. 41ன் கீழ்) போபா மலை பகுதியில் 1915 மார்ச் 6 வாக்கில் தாயோசிங் என்பவரைக் கொன்றது.

ஏழாவது குற்றம் :

(செகல் மீது மட்டும், இ. ரா. ச. 41ன் கீழ்) போபா மலைப் பகுதியில் 1945 மார்ச் 6 வாக்கில் தாயோசிங் என்பவரைக் கொன்றது.

எட்டாவது குற்றம்:

(தில்லான் மீது மட்டும், இ.ரா. ச. 41ன் கீழ்) போபா மலைப் பகுதியில் 1945 மார்ச் 6 வாக்கில் தரம்சிங் என்பவரைக் கொன்றது.

ஒன்பதாவது குற்றம் :

(செகல் மீது மட்டும் இ.ரா ச 41ன் கீழ்) போபா மலைப் பகுதியில் 1945 மார்ச் 6 வாக்கில் தரம்சிங் என்பவரைக் கொன்றது.

பத்தாவது குற்றம் :

(ஷா நவாஸ் கான் மீது மட்டும், இ.ரா. ச. 41ன் கீழ்) போபா மலைப் பகுதியில் 1945 மார்ச் 29 வாக்கில் காஸின் ஷா, அயாசிங், முகமது ஹுஸைன் ஆகிய மூவரைக் கொன்றது.

மூவரும் குற்றங்களை மறுத்தனர். அரசு தரப்பு வாதங்களைத் துவக்கிய இந்திய அட்வகேட் ஜெனரல் என்ஜினியர் அரசரின் கீழுள்ள இந்திய ராணுவ அதிகாரிகளான இவர்கள் ராணுவச் சட்டத்தின் கீழ் தண்டிக்கப்படத்தக்கவர்கள் என்றார்.

இந்திய தேசிய ராணுவம் ஆரம்பிக்கப்பட்ட விதத்தை விளக்கிய அவர், சுபாஷ் சந்திரபோஸ் 1342 ஜனவரியில் காபூல் வழி சென்று அங்கிருந்து ரஷ்யா வழியாக ஜெர்மனி செல்லவிருந்தார் என்றார். 1942 பிப்ரவரி 15ம் தேதி சிங்கப்பூர் ஜப்பானியரிடம் பிடிபட்டபோது கர்னல் ஹண்ட் 40,000 இந்தியப் போர்க் கைதிகளை பிரிட்டிஷ் அரசு சார்பில் ஜப்பானியரிடம் ஒப்படைத்தார். கடல் கடந்த இந்தியர்களுக்கு இது பலமூட்டியது. அப்போது இந்திய விடுதலை சங்கத்தைத் தொடங்கியிருந்த அவர்கள் 1942 ஜுனில் பாங்காக்கில் மா நாடு நடத்தி இந்திய தேசிய ராணுவம் தொடங்குவெதன்றும், சுபாஷ் சந்திரபோஸ்ஸை அழைப்பதென்றும் தீர்மானித்தனர். 1942 செப்டம்பரில் இந்திய தேசிய ராணுவம் காப்டன் மோகன் சிங் தலைமையில் பெரும் எண்ணிக்கையிலான இந்திய போர்க் கைதிகளை இ.தே. ராணுவத்தில் சேர்த்தனர். ஜப்பானியர் களுக்கும் மோகன் சிங்குக்கும் இடையே கருத்து வேற்றுமை தோன்றவே இ.தே. ராணுவம் கலைக்கப்பட்டு மோகன் சிங் கைது செய்யப்பட்டார். ஜப்பானில் பிரிமியர் டோஜோவை சந்தித்துவிட்டு 1943 ஜுலை 2ல் சிங்கப்பூர் வந்த சுபாஷ் சந்திரபோஸ் இந்திய விடுதலை சங்கத்தின் தலைமைப் பொறுப்பை 113 அக்டோபர் 21-ல் ஏற்றார். தற்காலிக இந்திய சுதந்திர அரசு சிங்கப்பூரில் நிறுவப் பட்டது. ஜப்பான், ஜெர்மனி, தாய்லாந்து, மன்சோக்கியா போன்ற நாடுகள் தற்காலிக அரசை அங்கீகரித்தன. ஜப்பான் தற்காலிக அரசிடம்

அந்தமான் நிக்கோபார் தீவுகளை ஒப்படைப்பதாகக் கூறியது. இவ்வாறு இந்திய தேசீய ராணுவம் உலகப் புகழ் பெறலாயிற்று.

வாக்குமூலம்

முப்பது அரசு தரப்பு சாட்சிகள் விசாரிக்கப்பட்டனர். அவர்கள் குறுக்கு விசாரணை செய்யப்பட்டனர். பின் குற்றம் சாட்டப்பட்ட மூவரின் வாக்குமூலங்கள் பதிவு செய்யப்பட்டன. தன்னை விசாரிக்க இந்த நீதி மன்றத்துக்கு அதிகாரம் உள்ளதா என வினவினர். காப்டன் ஷா நவாஸ் கான் தனது அறிக்கையில் தான் ஏன் எவ்வாறு இந்திய தேசிய ராணுவத்தில் சேர்ந்தார் என்பதை விளக்கினார். "சுருக்கமாகக் கூறினால் என் முன் நின்ற இரு விஷயங்கள் மன்னரா, தேசமா என்பதே. நான் தேசத்திற்கு விசுவாசமாக இருப்பதாக முடிவு செய்து தேசத்திற்காக உயிரையும் தியாகம் செய்யத் தயாராக இருப்பதாக நேதாஜியிடம் கூறினேன். கூலிப்பட்டாளங்களோ பொம்மை ராணுவமோ சந்தித்தறியாத கஷ்டங்களை இந்திய தேசீய ராணுவம் சந்தித்தது. இந்திய விடுதலைக்காகத் தான் நாங்கள் போராடினோம். சுதந்திர இந்திய அரசின் ராணுவ வீரனாக எல்லா நாகரீகமான போர் முறைகளுக்கு உட்பட்டே தேச விடுதலைக்காக நான் போரிட்டேன். எனவே இந்த ராணுவ கோர்ட்டோ அல்லது வேறு எந்த நீதிமன்றமோ விசாரிக்கக்கூடிய குற்றம் ஏதும் நான் செய்யவில்லை", என்று முழங்கினார் காப்டன் உஷா நவாஸ்கான்.

"இந்த நீதிமன்ற விசாரணை சட்டத்திற்குப் புறம்பானது. என் மீது சுமத்தப்பட்ட குற்றங்களை நான் மறுக்கிறேன். ஜப்பானியர்களின் கொடுமைகளுக்கு அஞ்சியோ, சுய நலத்தினாலோ, பணத்திற்காகவோ, நான் இந்திய தேசிய ராணுவத்தில் சேரவில்லை. 1943 செப்டம்பரில் இ.தே. ராணுவ காப்டன் என்ற முறையில் 80 டாலர்களே மாத சம்பளமாகப் பெற்றேன். இ. தே ரா.வில் சேராமலிருப்பின் நான் 120 டாலர்களை மாத சம்பளமாகப் பெற்றிருப்பேன். தேசபக்தியின் காரணமாகவே நான் இ.தே. ராணுவத்தில் சேர்ந்தேன். தேசம்

வழக்கறிஞர்
புலாபாய் தேசாய்

விடுதலையடைய வேண்டும் என்ற என் ஆசையின் காரண மாகவும், அதற்கு ரத்தம் சிந்தவும் தயாரான நிலையில் நான் சேர்ந்தேன், விடுதலைப்படையில், போர் நாகரீகங்களுக்குட் பட்ட முறையில் போரிட்டேன். அந்நிய ஆட்சியிலிருந்து தாய் நாட்டை விடுவிப்பதற்கான போர் அது. எனவே நான் குற்றம் ஏதும் செய்யவில்லை. என் தேசப்பணி அது" என்றார் காப்டன் செகல்.

லெப்டினன்ட் தில்லானும் இந்த கோர்ட்டுக்கு தன்னை விசாரிக்கும் அதிகாரம் இல்லை என்றார். தான் எவ்வாறு இ.தே. ரா.வில் சேர்ந்தார் என்பதை விளக்கிய அவர் தான் தற்காலிக விடுதலை அரசின் ராணுவ வீரன் என்ற முறையில் போர் நாகரீகங்களுக்குட்பட்டே போரிட்டதாகக் கூறினார். குற்றங்களை மறுத்தார்.

புலபாய் தேசாயின் வாதம் :

குற்றம் சாட்டப்பட்டவர்கள் சார்பில் ஜவஹர்லால் நேரு உட்பட பலர் இருப்பினும் புலாபாய் தேசாய் மிகத் தேர்ந்த வாதப்போர் புரிந்தார். அவர் முழங்கினார்.

"சர்வதேச சட்டப்படி அந்நிய அரசாங்கத்தை எதிர்த்து குடிமக்கள் விடுதலைப்படை அமைத்து போரிடுவது அனுமதிக்கப் பட்ட ஒன்று. வெற்றியோ, தோல்வியோ என்பது இரண்டாம் பட்சமே. இந்த கோர்ட்டில் நிறுத்தப்பட்டுள்ள மூவருமே நாகரீகமான போர் முறைகளுக்குட்பட்டே போரிட்டு உள்ளனர். போரின் போது தவறாக நடந்து கொண்டதாக இவர்கள் மீது குற்றம் சுமத்த முடியாது. அவர்களது செய்கைகளில் சிவில் மற்றும் கிரிமினல் நோக்கங்கள் இருப்பதாக கூறமுடியாது. இவர்களின் விடுதலைப் போர் வெற்றியடைந்திருக்குமானால் வேறு கேள்வியே எழ வாய்ப்பில்லை. சர்வ தேசச் சட்டம் என் கட்சிக்காரர்களுக்கு சாதகமாகவே உள்ளது.

❖❖❖

எம். என். ராய்

கம்யூனிஸ்ட் கட்சியையும் தொழிற்சங்க இயக்கத்தையும் ஒழித்துக்கட்ட பிரிட்டிஷ் ஆட்சியாளர்கள் தொடர்ந்த வழக்குதான் 'கான்பூர் சதி' வழக்கு. எஸ். ஏ. டாங்கே உட்பட முக்கியத் தலைவர்கள் நான்காண்டு கடுங்காவல் தண்டனை அளிக்கப்பட்டனர். இவ்வழக்கில் முக்கியக் குற்றவாளியான எம். என். ராய் தலைமறைவாய் போய்விட்ட படியால் அவர் விசாரிக்கப்படவில்லை. செசன்ஸ் விசாரணைக்குப்பின் அரசு தரப்பு வழக்கறிஞர் செசில்கயே கேட்டுக்கொண்டபடி ராயின் மீது வாரண்ட் பிறப்பிக்கப்பட்டது. அவர் இங்கிலாந்தில் தான் இருக்கக் கூடும் என்ற தகவலை ஸ்காட்லாந்து யார்டு போலீசார் அளித்திருந்தனர்.

1930 டிசம்பரில் ராய் ரகசியமாக இந்தியா வந்து சேர்ந்தார். அவரது நடமாட்டங்கள் மிகக் கவனத்துடன் கண்காணிக்கப் பட்டன. அவ்வளவு எளிதில் கைது செய்ய இயலவில்லை. ராய் எல்லா இந்திய தலைவர்களையும் சந்தித்த வண்ணம் இருந்தார். ஆனால் 1931 ஜுலை 21 அன்று பம்பாயில் கைது செய்யப்பட்டார்.

கான்பூரில் விசாரணை நடந்தது. ஜுரி விசாரணையை தவிர்ப்பதற்காகவே அவ்வாறு செய்யப்பட்டிருந்தது. மாஜிஸ்டிரேட் செசன்ஸ் விசாரணைக்கு உட்பட ஆணையிட்டார். குற்றப் பத்திரிகையில் கீழ்க்கண்டவாறு கூறப்பட்டிருந்தது.

1. ஐரோப்பாவில் கம்யூனிஸ்ட் அகிலம் என்ற புரட்சிகர ஸ்தாபனம் இருக்கிறது.

2. மூன்றாம் கம்யூனிஸ்ட் அகிலத்தின் செயற்குழு அறிக்கையில் ஒரு நோக்கம் கீழ்திசை நாடுகளில் அகிலத்தின் இணைப்பு ஸ்தாபனங்களை உருவாக்க வேண்டும் என்று கூறப்பட்டுள்ளது.

3. 1921ல் இந்தியாவில் அதன் கிளை தொடங்கப்பட்டது. பெர்லின் நகரில் தங்கியிருக்கும் மன்பேந்திர நாத் ராய் (எம். என். ராய்) என்பவர் அதன் தலைவர்.

4. பிரிட்டிஷ் சாம்ராஜ்யத்தை வீழ்த்துவது அதன் நோக்கங்களில் ஒன்றாகும்.

5. பிரிட்டிஷ் சாம்ராஜ்யத்தைத் தொலைத்துக்கட்ட எம். என். ராய் ஐரோப்பாவில் தங்கிக் கொண்டு இந்தியாவில் தன் சகாக்களோடு தொடர்பு கொண்டார்.

6. இந்த நோக்கத்திற்காக ராய் மற்றும் சிலரின் தலைமையின் கீழ் விவசாயத் தொழிலாளர் அமைப்பு அல்லது மக்கள் கட்சியைப் பயன்படுத்திக் கொள்ள தீர்மானித்தனர்.

7. கம்யூனிஸ்ட் அகிலத்தின் வழிகாட்டுதலின் பேரில் வன்முறை மூலம் பிரிட்டிஷ் அரசை அகற்ற பாடுபட்டனர்.

8. சட்டத்திற்குட்பட்ட, சட்டத்திற்கு புறம்பான நோக்கங்களை நிறைவேற்ற விவசாய, தொழிலாளர பிரிவுகளை கவர்வதற்காக பொருளாதாரப் பிரச்சனைகளை முன் வைக்க தர்மானித்தனர்.

9. பிரிட்டிஷ் சாம்ராஜ்யத்தை இந்தியாவிலிருந்து அகற்று வதற்காக இந்திய தேசிய காங்கிரஸ் கட்சியை தங்களின் கட்டுப்பாட்டின் கீழ் கொண்டுவர குற்றஞ்சாட்டப்பட்டு இருப்பவர்கள் முயன்றனர்.

10. புரட்சிகர சிந்தனைகளை ராயும் மற்றவர்களும் செய்தித்தாட்கள், பிரசுரங்கள், சுற்றறிக்கைகள் மூலம் பரப்பினர்.

குற்றப்பத்திரிக்கையை செசில்கயே தயாரித்தார். ரகசிய புலனாய்வுப் போலீசின் பிரிவான போல்ஸ்விக் எதிர்ப்பு ஸ்தாபனத்தின் தலைவரான இவர், ராய் உட்பட கம்யூனிஸ்ட்கள் அனைவரின் மீதும் கடும் நடவடிக்கை எடுக்க வேண்டும் என வற்புறுத்தினார். அரசு தரப்பில் ஆஜரானார் இவர்.

“கம்யூனிஸ்ட் இயக்கத்தைக் கண்டு வெகுவாக அஞ்சியது பிரிட்டிஷ் அரசு. ஒத்துழையாமை இயக்கம் தோல்வி கண்டுள்ள நிலையில் எம் என் ராய் மற்றும் அவரின் பெரும் எண்ணிக்கை யிலான நண்பர்கள் வங்காளத்தைச் சேர்ந்த பழைய புரட்சியாளர்கள் தங்களின் கருத்துக்களை வெற்றிகரமாக பரப்பக் கூடும் என அஞ்சி நடுங்கியது. பிரிட்டிஷ் அரசு காங்கிரஸ் கட்சியிலுள்ள தீவிர இடது சாரியான சி. ஆர். தாஸ் கூட நேரடி செயல்பாட்டிற்காக பாட்டாளிகளை திரட்ட வேண்டுமென்ற கருத்தை ஒளித்து மறைத்துக் கூறவில்லை. இந்த இரு கம்யூனிஸ்ட்களிடையே ராயின் நிலை செல்வாக்கு மிக்கதாகவும் அபாயகரமான தாகவும் இருக்கிறது” என்றார் செசில்,

கான்பூர் செசன்ஸ் நீதிபதியால் 1924 மே மாதத்தில் டாங்கே உ.ஸ்மானி நளினி குப்தா, முசபார் அகமது ஆகியோருக்கு நான்காண்டு கடுங்காவல் தண்டனை விதிக்கப் பட்டது. அப்போது ராய் மட்டும் அகப்பட்டிருக்கவில்லை. அந்த

வழக்கு விசாரணையை தங்களின் கருத்துக்களை பரப்பும் மேடையாகப் பயன்படுத்திக் கொள்ள வேண்டும் என விரும்பினர். ஆனால் குற்றஞ்சாட்டப்பட்டவர்கள் அவர்களின் வழக்கறிஞர் களின் ஆலோசனையின் பேரில் குறுகலான சட்ட ரீதியான நிலைபாட்டை எடுத்து மிகப்பெரிய வாய்ப்பை இழந்தனர். ஆனால் மீரட் வழக்கில் அது முழுமையாக நிறைவேறியது.

1924 நவம்பரில் தன் இந்தியாவிலுள்ள நண்பர் ஒருவருக்கு எழுதிய கடிதக்தில் "பரிதாபத்துக்குரியவர்கள், நான்காண்டு சிறை வாழ்க்கையை பழிதீர்க்க வேண்டுமானால் சிறப்பான எதிர் வாதத்தையாவது முன் வைத்திருக்கலாம்."

எதிர்வாதம் :

நீண்டவாதத்தை முன் வைக்க ராய் விரும்பினார். நீதிமன்றம் அனுமதிக்கவில்லை. அவரது அறிக்கை கடத்தப்பட்டு (My Defence) 'எனது எதிர்வாதம்' என்ற தலைப்பில் பிரசுரம் செய்யப்பட்டது. அது மிகச் சிறந்த தஸ்தாவேஜ். தொழில் துறை மற்றும் பிற விஷயங்கள் குறித்து ராயின் விசாலமான அறிவை அது வெளிக்கொணர்ந்தது. அதில்-சதி குறித்த குற்றச்சாட்டைப் பொறுத்தவரை நீதி மன்றத்தில் தாக்கல் செய்யப்பட்ட தஸ்தாவேஜ்களை பரிசீலனை செய்து பார்த்தால் சதி குறித்து குற்றஞ்சாட்டப்பட்டிருப்பவர் களிடையே கருத்து வேறுபாடுகள் இருந்தன என்பதையும் அவர்கள் சதி செய்வது குறித்து முடிவேதும் எடுக்கவில்லை என்பதையும் அவர்கள் குற்றம் செய்ய வில்லை என்பதையும் எடுத்துரைத்தார் ராய்.

பிரிட்டிஷ் சாம்ராஜ்யத்தை தூக்கி எறிதல் குறித்த குற்றச். சாட்டான இ. பி. கோ. 121-ஏ பிரிவைப் பொறுத்தவரை பிரிட்டிஷ் சாம்ராஜ்யத்திற்கு இந்திய மக்கள் எந்த வகையிலும் கடமைப்பட்டவர்கள் அல்ல என்றும் அபரிமிதமான அரக்கத் தனமும் அடக்கு முறையையும் கொண்டதான பிரிட்டிஷ் அரசை எதிர்த்து கிளர்ச்சி செய்யும் உரிமை பெற்றவர்கள் தான் என்றும் விவரித்துக் கூறினார். வாக்கி, ஹ்யூம், பெந்தாம், பாக்ஹாட், டைஸி போன்ற அரசியல் தத்துவஞானிகள்

மற்றும் சட்ட நிபுணர்களின் மேற்கோள்களை தாராளமாகப் பயன்படுத்தினார் ராய்.

பலாத்காரம் மூலம் அரசைக் கவிழ்க்க முனைவது குறித்த குற்றச்சாட்டைப் பொறுத்தவரை ராயின் வாதம் :

ஆளும், அதிகார வர்க்கம் பலாத்காரத்தைத் தான் பயன்படுத்துகிறது. அதே பலாத்காரத்தை மக்கள் பயன்படுத்தினால் அது குற்றமாகிவிடுகிறது எப்படி? பலாத்காரத்தின் பொருள் பலாத்காரம் தானே; அந்நிய மண்ணில் பிரிட்டிஷ் படைகள் பலாத்காரத்தைப் பயன்படுத்தி அச்சுறுத்துவது சரிதானா? மலபார் விவசாயிகளையும் பர்மா கிளர்ச்சியாளர்களையும் அடக்கப் பயன்படுத்தப்படும் துப்பாக்கிகள் கடவுளின் அன்புக் கரங்களா என்ன? விடுதலைக்காகப் போராடும் அடக்கப்பட்ட மக்கள் ஆயுதம் ஏந்தினால் அது குற்றமாகி விடுகிறதா? எல்லைப்புற பழங்குடி மக்கள் மீது குண்டு மழை பொழியும் விமானங்கள் மட்டும் தேவதூதனின் வாகனங்களா? அதை எதிர்க்கும் மக்களின் பலாத்காரம் மட்டும் குற்றமாகி விடுகிறதா? இத்தகைய ஆளும் வர்க்க நீதிநெறி போதனைகளுக்கு சுரண்டப்படும் மக்கள் செவிசாய்க்கத் தேவையில்லை.

மக்களைப் பொறுத்தவரை சட்டமென்பது கிளர்ச்சி செய்வதும் புரட்சிகரமான போராட்டத்தின் மூலம் விடுதலை பெறுவதும் தான், மக்களின் இந்த சட்டங்களை ஆட்சியாளர்கள் தினந்தோறும் மீறுகின்றனர். எனது கைதும் இந்த விசாரணையும் அத்தகைய சட்டமீறலின் ஓர் அம்சமே. என்மீது குற்றம் சாட்டுவதானது வெந்த புண்ணில் வேல் பாயச்சுவதற்கு ஒப்பாகும். என் மீது சாட்டப்பட்டுள்ள குற்றங்களுக்கு நான் பதில் சொல்லப் போவதில்லை. மாறாக நாகரீக உலகின் மக்கள் மன்றம் முன்பு எங்களின் நிலங்களை அபகரித்து எங்களின் முன்னேற்றத்தைத் தடை செய்து உலக மனித குலத்தின் ஐந்தின் ஒரு பங்கு எண்ணிக்கையினரான எங்கள் மீது அடக்கு. முறையை ஏவும் பிரிட்டிஷ் அரசை குற்றம் சாட்டுகிறேன்."

இங்கிலாந்தின் அரசியலமைப்பு வரலாற்றை பின்னர் விளக்கி,

"அரசியல் முன்னேற்றத்தின் ஒரு பகுதி நிறுவப்பட்ட அரசு இயந்திரத்திற்கெதிராக கிளர்ச்சி செய்வதே என எங்களுக்கு பாடம் கற்பிக்கிறது இங்கிலாந்து வரலாறு. வெளுத்துப்போன பிரிட்டிஷ் அரசியலமைப்புச் சட்டத்தை மாற்றியமைத்து எங்கள் தேசத்திற்கென புதிய அரசியலமைப்பை எம் இந்திய மக்கள் உருவாக்குவார்கள். டில்லியில் நிறுவப்படும் பொம்மை அரசை ஒரு போதும் ஏற்றுக் கொள்ள மாட்டார்கள். வைஸ்ராய்களை ஏற்க மாட்டோம். லண்டனின் வட்ட மேஜை மாநாடுகளில் எங்களின் அரசியலமைப்புச் சட்டத்தை உருவாக்கிக் கொள்ள மாட்டோம். அதனை சுயநிர்ணய உரிமை போராட்ட அலைகளின் போது இந்தியாவிலேயே உருவாக்குவோம். இவற்றை அமைதியாக உருவாக்க பிரிட்டிஷ் அரசு எங்களை அனுமதிக்கவில்லை. எனவே புரட்சிகரப் போர் தவிர்க்க இயலாதது ஆகிவிடுகிறது. உண்மையில் போர் தொடுத்திருப்பது நாங்களல்ல. பிரிட்டிஷ் அரசுதான் எங்கள் மீது தொடுத்திருக்கிறது.

கம்யூனிஸ்ட் அகிலத்துடன் தனக்குள்ள தொடர்பையும், கம்யூனிஸ்ட்களின் நோக்கங்களையும் ராய் விளக்கினார். ஏகாதிபத்தியம், தேசீய புரட்சி, விவசாய புரட்சி ஆகியவற்றையும் கம்யூனிஸ்ட் அகிலத்தையும் கம்யூனிஸ்ட் கட்சிகளுடன் அகிலத்திற்குள்ள தொடர்பையும் தன் எதிர்வாதத்தில் விளக்கமாக முன் வைத்தார்.

ராயின் எதிர்வாத அறிக்கையை படிக்க நீதிமன்றம் அனுமதிக்கவில்லை. அவரது அறிக்கை அனுமதிக்கப் பட்டிருந்தால் உலகெங்கும் பெரிய பரபரப்பை ஏற்படுத்தி யிருக்கும்.

தண்டனை :

ராய் மீதான செசன்ஸ் விசாரணை 3-11-31ல் தொடங்கியது 6-1-32 வரை விசாரணை நடைபெற்றது. ஜனவரி 19 அன்று 12

ஆண்டுகள் நாடு கடத்தல் தண்டனை விதிக்கப்பட்டார். தண்டனை ராயையும் மற்றவர்களையும் கடும் அதிர்ச்சிக்குள்ளாக்கியது.

மேல்முறையீடு :

பிரஜேஸ்சிங் மேல் முறையீட்டிற்கு ஏற்பாடு செய்யும்படி வேண்டப்பட்டார். ஆனால் ராயின் கொள்கைகளிலிருந்து அவர் மாறுபடத் தொடங்கியிருந்தார். மேலும் அவர் 1932 இறுதியில் ஐரோப்பா சென்றுவிட்டார். எனவே அப்பீல் செய்யப்படும் காலம் நெருங்கிய போது ராயினால் அதற்கான தஸ்தாவேஜ்களைத் திரட்ட இயலவில்லை. மேலும் ராயின் ஆதரவாளர்களும் இடது சாரி தேசியவாதிகளும் சிறையில் இருந்தனர்.

உயர் நீதி மன்ற அப்பீல் 2-5-33ல் விசாரணைக்கு எடுத்துக். கொள்ளப்பட்டது. தஸ்தாவேஜ்களை அரசு சமர்ப்பித்தது.

ராயிடமிருந்தும் அவரது சகாக்களிடமிருந்தும் கைப்பற்றப் பட்ட கடிதங்கள்-ராய் எழுதியவையும் அவற்றிற்கான பதில்களும்.

ரகசிய போலீசாரால் நகல் எடுக்கப்பட்ட கடிதங்கள் - பிரசுரங்கள்.

ராயின் தரப்பில் ஆஜரான டாக்டர் கட்ஜி, கான்பூர் நீதிமன்றம் ராயை விசாரித்தது செல்லாது என்றும் பிரிவு 121-ஏயின் கீழ் அவர் மீது முறையான நிரூபிக்கத்தக்க குற்றம் ஏதும் சாட்டப்படவில்லை என்றும் தீர்ப்பளிப்பதற்கு ஆதாரமாக இருந்த சாட்சியங்கள் பொருத்த மற்றவையும் திறனற்றவையும் ஆகும் என்றார்.

தீர்ப்பு :

கான்பூர் நீதிமன்றம் விசாரிக்கும் உரிமைபெற்றது. 121-ஏ பிரிவு குற்றத்திற்கான ஆதாரங்கள் சரியானவை தான் எனறு செசன்ஸ் தீர்ப்பை உயர் நீதி மன்ற நீதிபதி தாம் உறுதி செய்தார். அரசு தரப்பில் அளிக்கப்பட்ட கடிதங்கள் குற்றங்களை ஐயமின்றி கீழ்கண்டவற்றை நீரூபிக்கின்றன என்றார்.

1. ராயும் அவரது சாகக்களும் வன் முறை மூலம் இந்திய அரசை தூக்கியெறிந்து கம்யூனிஸ்ட் அரசை நிறுவ முயன்றனர்.

2. அதற்காக மா நாடுகளுக்கு ஏற்பாடு செய்தார்.

3. வெளிப்படையான மக்கள் கட்சி ஒன்றையும் கம்யூனிஸ்ட்கள் கொண்ட ரகசியக் கட்சியையும் நிறுவி மக்களிடம் புரட்சி வித்துக்களை விதைத்தார்.

4. ஐரோப்பாவில் நடைபெறும் மாநாடுகளில் கலந்து கொள்பவர்களின் செலவுகளுக்காக நிதி ஏற்பாட்டை ராய் செய்தார்.

5. அரசுக்கு விரோதமான கருத்துக்களை விவசாயிகள் தொழிலாளர்கள் மத்தியில் பரப்பி தீவிரவாதிகள், பயங்கரவாதிகள், புரட்சியாளர்கள் மூலம் வன்முறை மூலம் அரசை தூக்கியெறியும்படி கட்டுரை எழுதினார்.

குற்றஞ்சாட்டப்பட்டவர்கள் தரப்பில் தீவிரவாத கருத்துக்களை கொண்டிருப்பதற்காக மட்டுமே ஒருவரை தண்டிப்பது சரியல்ல என்று கூறப்பட்டது. அது சரிதான். ஆனால் அவர்களின் கருத்துக்கள் படிப்பு சார்ந்த விஷயங்களாய் இருக்கவில்லை. அப்படி இருந்திருந்தால் குற்றம் என கருத இயலாது. ஆனால் அவர்களின் நோக்கம் படிப்பு சார்ந்த விவாதம் அல்ல. அரசைக் கவிழ்ப்பதே. ஹியூம், பெந்தாம் போன்றோரின் கருத்துக்கள் இங்கு பொருத்தமானவை அல்ல.

உயர் நீதி மன்றம் தண்ட னையை 6 ஆண்டு காலமாகக் குறைத்தது.

பிரிவியூ கவுன்சில் :

பிரிவியூ கவுன்சிலுக்கு முறையீடு செய்ய ஏற்பாடு செய்யப்பட்டது. கைது செய்யப்பட்டதிலிருந்தே ராய் சிறையில் தான் இருந்து வந்தார். ராயின் பெரும்பாலான நண்பர்கள் அவரை கை கழுவி விட்டனர். யாரும் உதவ முன் வரவில்லை. ஜெர்மனியைச் சேர்ந்த டாக்டர் ரோசன் பெல்டு மூலம்

லண்டனில் வழக்கறிஞர் ஏற்பாடு செய்யப்பட்டார். சர் ஸ்டாபோர்ட் கிரிப்ஸிடம் எல்லா தஸ்தாவேஜ்களும் தரப்பட்டன. ஆனால் பிரிவியூ கவுன்சிலில் எந்த நிவாரணமும் பெற இயலாது என்ற கருத்தை அவர் கொண்டிருந்தார் சாதகமில்லாத தீர்ப்பு கிடைத்தால் அது இங்கிலாந்திலும் தவறான முன்னுதாரணம் ஆகி விடக் கூடும் என அஞ்சினார். ஆனால் ராய் சாதகமான தீர்ப்பு கிடைத்தால் இந்தியாவில் அது நல்ல பலன்களை ஏற்படுத்தும் என்று நம்பினார். அவ்வாறில்லா விட்டால் கூட இந்தியாவில் எந்த நஷ்டமும் ஏற்படாது என நம்பினார். இவர் இது குறித்து பல முறை கடிதங்கள் எழுதினார். இருந்தாலும் இங்கிலாந்தில் உள்ள வழக்கறிஞர்கள் தீர்மானிக்கும் படி கூறிவிட்டார். இத்தகைய குழப்பத்தின் காரணமாகவும், முறையீடுகுறித்த தஸ்தாவேஜ்களும் உயர் நீதி மன்ற தீர்ப்பு நகலும் தொலைந்து விட்டன. பிரிவியூ கவுன்சிலில் முறையீடு செய்யப்படவே இல்லை.

பிரிட்டிஷ் அரசு தன்னை எதிர்க்கும் எந்த இயக்கத்தையும் நசுக்கியது. தொழிற்சங்கங்களை திரட்டக் கூட விட்டு வைக்கவில்லை.

ராய் ஒரு சர்வதேச பிரமுகர். மாபெரும் புரட்சியாளர். அவரது எதிர்வாதம் புகழ்மிக்கது. அவரது எதிர்வாதம் இந்திய தேசிய ராணுவ விசாரணையின் போதும் காஷ்மீர் சிங்கம் ஷேக் அப்துல்லாவின் விசாரணையின் போதும் பெரிதும் பயன்பட்டது.

சாவர்க்கர்

பிரிட்டிஷ் ஏகாதிபத்தியம் தனது அதிகாரத்தின் உச்சாணிக் கொம்பில் திளைத்தபோது எவ்வாறு சட்டத்தையும் நீதி பரிபாலனத்தையும் அரசியல் ஆதாயங்களுக்காக பயன்படுத்திக் கொண்டது என்பதற்கு அப்பட்டமான உதாரணம் சாவர்க்கர் விசாரணையாகும்.

மாணவப் பருவத்திலிருந்தே சாவர்க்கர் மாபெரும் தேசபக்தராக, அச்சமற்ற புரட்சிக்காரராக தணியாத விடு தலை தாகம் மிகுந்தவராக இருந்தார். இந்திய விடுதலை இயக்கத்தில் தீவிர பங்கெடுத்த அவர் அபிநாவ் பாரதி என்ற விடுதலை சங்கத்தில் மிகப்

பெரும் பங்கெடுத்தார். பம்பாயில் சட்டம் பயின்ற இவர் திலகரின் பேரில் தேசபக்தர் ஷியாம்ஜி கிருஷ்ணவர்மா வெளிநாட்டில் படிக்க விரும்பும் இந்திய மாணவர்களுக்கு அளிக்கும் உதவித்தொகை பெற்று சட்டம் பயில 1906ல் லண்டன் சென்றார். இந்திய விடுதலையின் பிரச்சாரத்தை வெளிநாடுகளில் சிறப்பாகச் செய்தார்.

அமைதியான முறையில் தன் படிப்பைத் தொடர்ந்து கொண்டே அரசியல் நடவடிக்கைகளில் ஈடுபட்ட இவர் பிரிட்டிஷ் சட்டங்களை மீறவில்லை. இருந்தபோதிலும், இவரது நடவடிக்கைகள் பிரிட்டிஷ் அரசுக்கு எரிச்சல் ஊட்டியது. ஆனால் என்ன செய்வது என்று அரசுக்குப் புரியவில்லை.

திடீர் நடவடிக்கை எடுக்கத்துணிந்த பிரிட்டிஷ் அரசு பம்பாய் அரசு அனுப்பிய தந்தி மூலமான வாரண்டின் அடிப்படையில் லண்டனில் அவரை 22-2-1910ல் கைது செய்தது. அதற்கான வாரண்டை லண்டன் ஃபெலி தெரு நீதிமன்றம் பிறப்பித்தது.

குற்றங்கள் :

இந்தியாவிலுள்ள பிரிட்டிஷ் அரசுக்கு எதிராக போர் தொடுத்தல், அதற்காக சதி செய்தல், ஆந்திராவில் கொலை செய்யப்பட்ட ஜாக்சன் என்ற மாவட்ட ஆட்சித் தலைவரை சுட்டுக்கொன்றவர்களுக்கு ஆயுதம் வாங்கி அளித்தல், லண்டனில் ஆயுதம் வாங்கி விநியோகித்தல், இந்தியாவில் 1906 ஜனவரி யிலிருந்து மார்ச் வரையிலும் பின்னர் லண்டனில் 1908 முதல் 1909 வரை தேசத்துரோக சொற்பொழிவுகளை நிகழ்த்துதல் போன்றவை குற்றங்களாகக் கூறப்பட்டன.

1906ல் பேசிய சொற்பொழிவுகளுக்கு 1910ல் கைது! என்ன அற்புதமான பிரிட்டிஷ் சட்டம்!

1910 மார்ச் 14ல் பெலி தெரு போலீஸ் நிலையத்தில் ஆஜர் செய்யப்பட்டார். பின்னர் 20ல் ஜாமீன் மறுக்கப்பட்ட நிலையில் சாவர்க்கர் பிரிக்ஸ்டன் சிறைக்கு அனுப்பப்பட்டார்.

மே 12ல் அவரை விசாரணைக்காக இந்தியா அனுப்பத் தீர்மானித்தனர். அவரது வழக்கறிஞர் வாஹன் ஹேபியஸ் கார்பஸ் மனு செய்திருந்தார். கோட்ட நீதிமன்றம், உயர் நீதிமன்றம் கீழ் கோர்ட்டின் முடிவை அங்கீகரித்தன. உயர் நீதிமன்றத்தின் பெஞ்சில் நீதிபதி கால்ட்ரிட்ஜ் மட்டுமே வேறுபட்ட கருத்தைச் சொன்னார். ஜுலை மாதம் வரை சாவர்க்கர் இங்கிலாந்து சிறைகளிலேயே இருந்தார்.

எஸ். எஸ். மோரியா என்ற நீராவிக்கப்பல் ஜுலை 1ம் தேதி சாவர்க்கரை ஏற்றிக்கொண்டு இந்தியா கிளம்பியது. இரையைப் பிடித்துவரும் கழுகைப் போல மோரியா பயணம் செய்தது. எஞ்சின் கோளாறு காரணமாக ஜுலை 7ம் தேதி அன்று மாசிலிஸ் துறைமுகத்தில் நங்கூரம் பாய்ச்சப்பட்டது. பிரெஞ்ச் அரசாங்கத்திற்கு ஜுன் 29ம் தேதியன்றே பிரிட்டிஷ் அரசு தகவல் அனுப்பியிருந்தது. மோரியா கப்பலில் ஓர் ஆபத்தான அரசியல் கைதி இருப்பதால் கவனமாக கப்பலை கண்காணித்துக் கொள்ளும்படி வெளிநாடுகளில் தங்கியிருந்த இந்திய புரட்சியாளர்களைக் கண்டு பிரிட்டிஷ் அரசு அஞ்சி நடுங்கியது. அவர்கள் சாவர்க்கரை கப்பலிலிருந்து மீட்டு விடுவதை தடுக்க எல்லா நடவடிக்கையையும் எடுத்தது.

அபரிமிதமான துணிச்சல் :

கப்பல் நங்கூரம் பாய்ச்சப்பட்ட பின் சாவர்க்கருக்கு தப்பி விடும் எண்ணம் தோன்றியது. அது சிரமமானது. மட்டுமல்ல ஆபத்தானதும் கூட. நடக்கிற காரியமாக இல்லை. ஆனால் சாவர்க்கர் துணிந்து விட்டார். எப்படியோ கடலில் குதித்து விட்டார். காவலாளியை ஏமாற்றி விட்டார். கப்பலே அலங்கோலப்பட்டது. கூச்சலும் குழப்பமும் தான். குண்டு மழைகளுக்கு மத்தியில் விரைந்து நீந்தலானார். காவலர்களும் விடவில்லை. துரத்தினர். மிகுந்த சாமார்த்தியத்துடன் பிரெஞ்சு கடற்கரையைப் போய்ச் சேர்ந்தார் சாவர்க்கர்.

துறைமுகத்திலிருந்து 500 அடி தூரம் வரை ஓடிவிட்ட சாவர்க்கர் மேற்கொண்டு ஓட இயலவில்லை. முன்னரே ஏற்பாடு செய்யப்பட்ட அவரது சகாக்கள் சில மணிநேரம்

தாமதித்து விட்டார்கள். ஒரு வாடகைக் காரை ஏற்பாடு செய்ய அவரிடம் பணம் ஏதுமில்லை. பிரெஞ்சு போலீஸ்காரர் ஒருவரை அணுகி அண்மையிலுள்ள போலீஸ் மாஜிஸ்ட்ரேட்டிடம் அழைத்துச் செல்லும்படி வேண்டினார். அப்போலீஸ்காரர் அதனை சட்டை செய்யவில்லை. அரசியல் அடைக்கலம் கோரியிருக்கலாம் ஆனால் பயனற்றுப் போய் விட்டது. காவலர்கள் "திருடன், திருடன்" என கூச்சலிட்டபடி ஓடிவந்து பிடித்தனர். அவர் அந்நிய மண்ணில் கைது செய்யப்பட்டதும், அபராமான கற்பனைக் கெட்டாத தப்பித்தல் முயற்சியும் உலகப் பத்திரிக்கைகளில் பரபரப்பான செய்தியாயிற்று. இந்திய விடுதலையின் கருத்துக்கள் உலகெங்கும் பரவியிருந்த மையால் எங்கும் சாவர்க்கர் பற்றிய பேச்சாகவே இருந்தது.

கப்பல் அதிகாரிகள் வசைமாறி பொழிந்தனர். சங்கிலியால் பிணைத்தனர். கப்பல் புறப்பட்டது.

ஏனெனில் வேறு எஸ். எஸ். சாஸ்தி கப்பலுக்கு மாற்றப்பட்டார். சிறு காபினுள் அடைத்தனர். நான்கடி உள்ள அந்த அறையில் நிற்கத் தான் முடியும். அதற்குள் சூரிய ஒளி கூட புகாது. கைகளில் விலங்கு. காலில் சங்கிலி. வெளியே சங்கிலியைப் இறுகப் பிடித்தப்படி காவலர். திரும்பக்கூட இயலாமல் அவர் உயிர் தாக்குப் பிடித்தது.

அந்த மாபெரும் இந்திய புரட்சியாளர் 22-7-1910ல் பம்பாயில் இறக்கப்பட்டார். கத்திகளினூடேயே கைவிலங்கிட்டு இழுத்து வரப்பட்டார். நாசிக் போலீஸ் காவலில் இருந்த பின்பு ஏர்வாடா சிறைக்கு அனுப்பப்பட்டார்.

அதற்குள் சாவர்க்கர் குறித்த தஸ்தாவேஜ்களை அவரது வழக்கறிஞர் ஜோசப் பாப்டிஸா, லண்டனிலிருந்து பெற்றிருந்தார். வாஹன் அவற்றை தாமதமின்றி அனுப்பியிருந்தார். செப்டம்பர் 13ல் - ஜோசப் டாப்டிஸா சாவர்க்கரை சந்தித்தார்.

டிரிப்யூனல்

வழக்கமான நீதிமன்றங்களில் வழக்கு நடத்தினால் சாவர்க்கருக்கு சாதகமாகி விடக் கூடும் என்றஞ்சிய அரசு ஒரு

சிறப்பு டிரிப்யூனலை நிறுவியது. பம்பாய் உயர் நீதிமன்ற தலைமை நீதிபதி சர் பாஸில் ஸ்காட், சர். என். ஜி. சந்திரவர்க்கார், நீதிபதி ஹீட்டன் ஆகியோர் டிரிப்யூனலில் இருந்தனர்.

அரசு தரப்பில் அட்வகேட் ஜெனரல் ஜார்டின் வழக்கறிஞர்கள் வெல்டன், வெலிங்கர், நிக்கல்சன் ஆகியோர் இருந்தனர். சாவர்க்கருக்காக ஜோசப் பாப்டிஸா, சிட்ரே, கோவிந்தராவ் காட்கில், ரங்கநேகர். ஆகியோர் ஆஜராயினர்.

மூன்று வழக்குகள் இருந்தன. சாவர்க்கர் உட்பட 38 குற்றவாளிகள் மீது முதல் வழக்கும், சாவர்க்கர், கோபால்ராவ் பட்னாகர் குழுவினர் மீது இரண்டாம் வழக்கும், சாவர்க்கர் மீது மட்டும் மூன்றாம் வழக்கும் இருந்தது. எல்லோர் மீதும் எட்டுக் குற்றங்கள் சாட்டப்பட்டன.

காசிநாத் அங்குஷ்கார், பப்பாரி ஜோஷி, குல்கர்னி சதுர் பூஜ் ஆகியோர் அப்ரூவர். சதுர் பூஜ் என்ற ‘இந்தியா ஹவுஸ்’ஸின் சமையல்காரர் மூலம் 29 பிஸ்டல்களை இந்தியாவிற்கு கடத்தியதாக முக்கிய குற்றச்சாட்டு.

முதல் நாள் விசாரணையில் அரசு தரப்பு வாதத்தை முதன்மை அரசு வழக்கறிஞர் ஜார்டின் தொடங்கி வைத்தார். சாவர்க்கரை விசாரிக்க இந்த நீதிமன்றத்துக்கு உரிமை இல்லை என்றும் அவரை கைது செய்ததை எதிர்த்து வழக்காட அனுமதிக்க வேண்டும் என்று கோரப்பட்டது. ஆட்சேபணை ஏற்றுக் கொள்ளப்படவில்லை.

தான் பிரான்ஸ் நாட்டில் அடைக்கலம் கோருகையில் கைது செய்யப்பட்டது தவறு என்றும் இந்திய அரசு தன்னை விசாரிக்கத் தகுதியற்றது என்றும் சாவர்க்கர் அறிக்கை தந்தார். தான் விசாரணையில் பங்கேற்கப் போவதில்லை என்றும் அறிவித்தார். பாப்டிஸா சிறப்பாக வாதம் புரிந்தார்.

விசாரணையின் போதே அரசை கவிழ்க்கச் சதி செய்தார் என்ற குற்றச்சாட்டை அரசு தரப்பு வாபஸ் பெற்றது. முன்னூறு சாட்சிகள் விசாரிக்கப்பட்டனர். எல்லோருமே சித்திரவதையின் காரணமாக தாங்கள் ஏற்கனவே வாக்குமூலம் கொடுத்ததாயும் அவற்றை மறுப்பதாகவும் கூறினர்.

"என்மீது சுமத்தப்பட்ட குற்றங்களை நான் அறியவில்லை. மக்களாட்சி தத்துவத்தில் ஏற்படுத்தப்பட்ட நீதிமன்றங்களின் நீதி கிடைக்க வாய்ப்புள்ள தால் இங்கிலாந்து விசாரணையில் நான் பங்கேற்றேன். இந்திய நீதிமன்றங்கள் அத்தகையானது அல்ல. எனவே நான் வாதம் புரியப் போவதில்லை.

அட்வகேட் ஜெனரல் ஒரு வாரமாக பேசித் தீர்த்தார். சாவர்க்கரின் பெயர் குற்றப் பத்திரிக்கையில் கடைசி இடத்தில் இருந்த போதிலும் அவரை மையப்படுத்தியே பேச ஆரம்பித்தார். எதிர்வாதமும் ஒரு வாரத்திற்கு மேல் நடந்தது.

தீர்ப்பு :

இருபத்து எட்டு நாட்கள் விசாரணை நடந்தது. 23-12-1910ல் தீர்ப்பு வழங்கப்பட்டது.

"ஆயுட்கால நாடு கடத்தல் தண்டனை. அத்துடன் சொத்துக்கள் பறிமுதல்".

இதுதான் தீர்ப்பு. டிரிபூனல் இவர் வேறொரு தேசத்தில் கைது செய்யப்பட்டது குறித்து பேசாமடந்தை ஆகியது. சட்ட விரோதமாக பிறப்பிக்கப்பட்ட வாரண்ட் குறித்தும் வாய் திறக்க வில்லை. சர்வதேச சட்டங்கள் குறித்து கண்டு கொள்ளவில்லை.

இதுதான் பிரிட்டிஷ் நீதியின் கோர முகம். ஏகாதிபத்தியத்தின் 'சட்டத்தின் ஆட்சியின்' லட்சணம்.

இருபத்தைந்து ஆண்டு காலம் நாடு கடத்தும் தண்டனை அளித்த பின் கூட திருப்தி கொள்ளாத அரசு மறு வழக்கை தொடங்கியது நாசிக் ஆட்சித் தலைவர் ஜாக்சன் கொலை வழக்கு அது. முந்தைய வழக்கு போன்றே ஒரு பக்க விசாரணை. 23-1-11ல் தொடங்கிய இவ்வழக்கு விசித்திரமானது. ஜாக்சன் கொலை செய்யப்பட்ட பிறகு லண்டனில் இருந்து அனுப்பப் பட்ட ஒரு துண்டு பிரசுரமே ஆதாரமாகக் காட்டப்பட்டது. வந்தே மாதரம் சங்கம் பிரசுரத்தை வெளியிட்டிருந்தது. இருபது பிஸ்டல்களை சமையல்காரரிடம் கொடுத்தவர் சாவர்க்கர் தான் என்று நிரூபிக்கப்படவில்லை. இருந்தபோதிலும் தீர்ப்பு

மறுபடி ஆயுட்கால நாடு கடத்தல் தண்டனை!

ஒரே நபருக்கு அவரது ஆயுட்காலம் முழுக்க இருமுறை நாடு கடத்தல் தண்டனை. என்ன கொடூரம்! எங்கும் கேள்விப் பட்டிருக்க முடியாது! உலக அரசியல் வரலாற்றில் ஒரு மைல் கல் இது!

இத்தண்டனைகள் எந்த சட்ட அறிக்கை ஏடுகளிலும் வெளிவராமல் பாதுகாத்தது பிரிட்டிஷ் அரசு.

அந்தமானுக்கு கடத்தப்பட்டார். தனிமை சிறையில் 4-7-11ல் தள்ளப்பட்டார். நாடெங்கும் கொந்தளிப்பு ஏற்பட்டது. சாவர்க்கரை விடுவிக்கக்கோரி தேசம் முழுவதுமே குரல் எழுப்பியது. முதல் உலகப் போர் முடியும்போது 1921ல் தான் அவர் ஏர்வாடா சிறைக்கு மாற்றப் பட்டார்.

காங்கிரஸ் கட்சி 1923ல் தன் கார்க்கிநாடா மாநாட்டில் சாவர்க்கரை விடுவிக்குமாறு தீர்மானம் நிறைவேற்றியது. பம்பாய் ஆளுநர் ஜார்ஜ் லாயிட் சாவர்க்கரை தன் வழக்கறிஞர் குழுவுடன் வந்து சந்தித்து பேச்சு வார்த்தை நடத்தினார். விடுவிக்க ஒப்புக்கொள்ளப்பட்டது. சில நிபந்தனைகளுடன் சாவர்க்கர் ஒப்பந்த அறிக்கையில் சில வார்த்தைகளை மாற்றிவிட்டு ஏற்றுக்கொண்டார்.

நிபந்தனைகள் சில :

சாவர்க்கர் ரத்னகிரி மாவட்டத்திற்குள் வசிக்க வேண்டும்.

அரசின் அனுமதியின்றி மாவட்ட எல்லையைக் கடக்கக் கூடாது. தவிர்க்க இயலாமல் அவசரமாக வெளியேறவேண்டு மெனில் மாவட்ட நீதிபதியின் அனுமதி பெற வேண்டும்.

வெளிப்படையாகவோ ரகசியமாகவோ அரசியல் நடவடிக்கைகளில் ஐந்தாண்டு காலத்திற்கு ஈடுபடக்கூடாது. இந்த கால நிபந்தனையை அரசு விரும்பினால் பின்னர் நீடிக்கலாம்.

சர்வதேச நீதிமன்றம் :

பிரிட்டிஷ் பிரெஞ்ச் பத்திரிக்கைகள் சாவர்க்கர் விசாரிக்கப் பட்ட விதத்தைக் கடுமையாக கண்டனம் செய்தன.

பிரிட்டிஷ் வெளியுறவுச் செயலாளர் பிரான்சு நாட்டு தூதருடன் 25.9-10ல் செய்து கொண்ட ஒப்பந்தத்தில் சாவர்க்கர் வழக்கை ஹேக் நகரிலுள்ள சர்வதேச நீதிமன்றத்திடம் ஒப்படைக்க ஒப்புக்கொண்டார்.

தப்பிவிட்ட கைதியை முறையற்ற விதத்தில் கைப்பற்றி சட்டத்தை மீறியதாக புகழ்மிக்க சட்ட அறிஞர் ஒபன்ஹெம் சர்வதேச நீதிமன்றத்திடம் குற்றம் சாட்டினார். ஆனால் சர்வதேச நீதிமன்றம் பிரிட்டிஷ் அரசு செய்ததை நியாயப் படுத்தியது. அதே நேரத்தில் பிரெஞ்ச் மண்ணில் அவர் கைது செய்யப் பட்டதை கண்டித்தது.

✦✦✦

பகத்சிங்

பகத்சிங் இந்திய வீடுகளில் அன்றாடம் பேசப்படும் கருப்பொருளானான். அம்மாவீரன் குறித்த கதைகள், பாட்டுகள் கிராமம் தோறும் ஒலித்தன.

இந்தியாவின் விடுதலைக்காக இரு வழியிலான இயக்கங்கள் செயல்பட்டதாகக் கருதலாம். ஒன்று மகாத்மா காந்தி, திலகர் போன்றோரைத் தலைவர்களாகக் கொண்ட அஹிம்சா வழியிலானது. மற்றது பகத்சிங், சாவர்கர் தலைமையிலான புரட்சி வழியிலானது.

சட்டமன்றத்தில் வெடிகுண்டு வீசிய பகத்சிங்கின் செய்கையும், அவரது மற்ற புரட்சிகர நடவடிக்கைகளும் மக்களைத் தட்டி

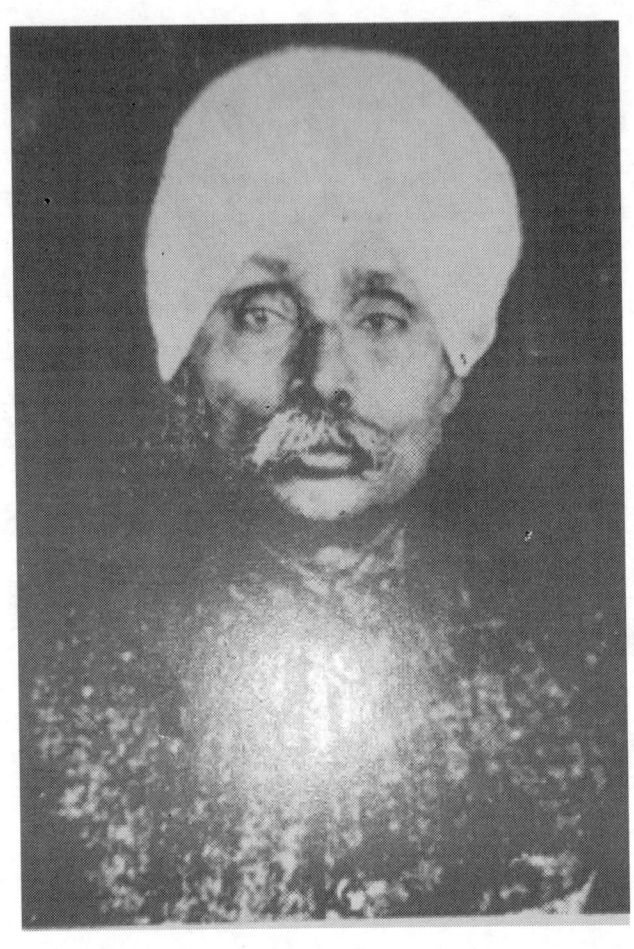
லாலா லஜபதிராய்

எழுப்பின. சாவர்கர், திலகர், மகாத்மா காந்தி ஆகியோரின் விசாரணைகளைப் போலவே பகத்சிங்கின் மீதான இரு விசாரணைகளுமே முக்கியத்துவம் வாய்ந்தவை.

பிரிட்டிஷ் ராஜ்யத்தின் மிருகபலம் இப்புரட்சிக் காரர்களை ஒன்றும் செய்துவிட முடியவில்லை.

பகத்சிங்கின் எல்லா புரட்சிகர செயல்பாடுகளையும் விவரிக்க இயலாதது தான். போலீஸ் அதிகாரி சாண்டர்ஸ் என்பவரை வெடிகுண்டு வீசிக்கொன்றதும், சட்ட மன்றத்தில் வெடிகுண்டு வீசியதும் அவற்றில் குறிப்பிடத்தக்கவை.

போலீஸ் அதிகாரி சாண்டர்ஸ்:

நாட்டின் அரசியல் நிலையை கணிப்பதாகக் கூறிக்கொண்டு சைமன் குழு இந்தியாவுக்கு வந்தது. சைமன் குழுவில் இந்தியப் பிரதிநிதிகள் யாரும் சேர்த்துக் கொள்ளப்படவில்லை என்பதால் காந்திஜி சைமன் குழுவை புறக்கணிக்குமாறு வேண்டுகோள் விடுத்திருந்தார். "சைமனே திரும்பிப் போ", "இந்தியர்களுக்கே இந்தியா," "புரட்சி ஓங்குக" என்ற வாசகங்களை ஏந்தியவாறு லாலா லஜபதிராய் தலைமையில் முழு பஞ்சாப்பும் திரண்டிருந்த மாபெரும் அமைதியான ஊர்வலம் அக்டோபர் 30, 1928ல் தொடங்கியது. பகத்சிங்கும் ஊர்வலத்திற்கு தலைமை வகித்தார். ஜே. பி. சாண்டர்ஸ் என்ற துணை போலீஸ் கண்காணிப்பாளர் திடீரென லாலா லஜபதிராய் மீது மிருக வெறித் தாக்குதலை நடத்தினார். உடல் காயங்களாலும் மனவருத்தத்தினாலும் இரு வாரங்களுக்குப் பின் லாலா லஜபதிராய் இறந்து போனார். தேசமே அதிர்ச்சிக்குள்ளாகிக் கொதித்தெழுந்தது. அவருக்கு நேர்ந்தது தேசீய அவமானமென மக்கள் கருதினர். அந்த அவமானத்தைத் துடைத்தெறிய பகத்சிங் சபதம் மேற்கொண்டார்.

டிசம்பர் 17ம் தேதி பகத்சிங், ராஜகுரு, ஆசாத் மற்றும் சில தோழர்கள் போலீஸ் அதிகாரி அலுவலகத்தில் காத்திருந்தனர். மாலை 4-20 மணிக்கு சாண்டர்ஸ் தன் மோட்டார் சைக்கிளை கிளப்பி கேட் அருகே வந்தபோது ராஜகுரு அவரது கழுத்தில் சுட்டு வீழ்த்தினார். பின் பகத்சிங் விரைந்தோடி நான்கு அல்லது

ஐந்து குண்டுகளை சாண்டர்ஸின் நெற்றியில் இறக்கி முடித்தார். பின்னர் அனைவரும் தப்பிவிட்டனர்.

இச்செயல் நாடெங்கிலும் பலமாக வரவேற்கப்பட்டு அங்கீகரிக்கப்பட்டது. யாரும் இதனை வன்முறை என்றோ பயங்கரவாதம் என்றோ கருதவில்லை. லாலா லஜபதிராய்க்கும், அவர் மரணம் மூலம் நாட்டுக்கும் ஏற்பட்ட அவமானம் துடைக்கப்பட்டு விட்டதாகவே அனைவரும் கருதினர்.

1929 மார்ச் மாதத்தில் தொழிற் சங்கங்களின் மீது அடக்கு முறையை கட்டவிழ்த்து விட்டிருந்தது பிரிட்டிஷ் அரசு. டாங்கே, காட்டே, முசாபர் அஹமது உள்ளிட்ட 29 தலைவர்கள் கைதாகினர்.

சட்டமன்றம்:

அரசின் இந்த அடக்குமுறை நடவடிக்கைகளை உலகுக்கு அம்பலப்படுத்த பகத்சிங்கும் அவரது தோழர்களும் தீர்மானித்தனர்.

பொது பாதுகாப்பு மற்றும் தொழில் தகராறு மசோதா ஏப்ரல் 8-ஆம் தேதியன்று சட்டசபையில் தாக்கல் செய்யப்பட்டது. வைஸ்ராய் இர்வின் பிரபு தன் பேச்சை ஆரம்பித்தபோது பார்வையாளர்களும் பொது மக்களும் நிரம்பி வழிந்தனர்.

பகத்சிங்கும் பி. கே. தத்தும் காக்கிச் சட்டை டிரவுசர் அணிந்து பார்வையாளர்கள் வரிசையில் அமர்ந்திருந்தனர்.

வாக்கெடுப்பு முடிந்து மசோதா நிறைவேற்றப்பட்டதாக அறிவிக்கப்பட்டபோது சபை பரபரப்படைந்தது. வெடிகுண்டு முழக்கம் கேட்டது. எங்கும் பரபரப்பு நிலவியது. கூச்சல், குழப்பம் ஓய்வதற்கு சற்றுமுன் மீண்டும் ஒரு வெடிகுண்டு... எங்கும் புகை, பீதி.

எல்லோரும் தலைதெறிக்க ஓடினர்.

சிறிதும் சலனமற்ற முகத்துடன் பகத்சிங்கும் அவரது தோழர்களும் புரட்சிகர கோஷங்களை முழங்கியவாறு துண்டுப் பிரசுரங்களை அள்ளி வீசினர். தாங்கள் கைது செய்யப் படுவதற்காக காத்துக்கொண்டு நின்றனர்.

குழப்பத்தை பயன்படுத்தி அவர்கள் எளிதில் தப்பியிருக்கக் கூடும். அவ்வாறு செய்யவில்லை. அதுவே மாபெரும் தேச இழப்பாகவும் பின்னால் மாறிவிட்டது.

தைரியமிக்க - தியாகத்திற்குத் தயாரான தனி நபர்களும் சக்தி வாய்ந்த பிரிட்டிஷ் அரசை அச்சுறுத்த முடியும் என நிரூபிக்கப்பட்டது.

வெடிகுண்டு வழக்கு விசாரணை :

டெல்லி மாவட்ட கூடுதல் மாஜிஸ்டிரேட்டிடம் குற்றப்பத்திரிக்கை தாக்கல் செய்யப்பட்டது. மே 7ஆம் தேதி மாவட்ட சிறையில் விசாரணை தொடங்கியது. எப்.பி.பூல் என்ற மாஜிஸ்டிரேட் விசாரித்தார். பலத்த பாதுகாப்பு ஏற்பாடுகள் செய்யப்பட்டன.

'தி டைம்ஸ்' ஏடு இவ்வாறு எழுதியது.

ராஜ்பூர் சாலையிலுள்ள மாஜிஸ்டிரேட்டின் இல்லத்தி லிருந்து சிறை வரை கையில் லத்திகளுடன் போலீசார் அணிவகுத்து நின்றனர். சாலைகளிலும் சந்திப்புகளிலும் ரகசியப் போலீசார் சைக்கிளில் போய் வந்து கொண்டிருந்தனர். போக்குவரத்து போலீஸ் அதிகாரி ஜான்சனும் மற்றவர்களும் சிறை வாசலைக் காவல் புரிந்தனர். உதவி போலீஸ் கண்காணிப்பாளர் அலி, துணை போலீஸ் கண்காணிப்பாளர். களான மாலிக் தேவி தயாள் போன்றவர்களும் சிறை அதிகாரி பண்டிட் மாதவராமும் விசாரணை அறையின் பொறுப்பில் இருந்தனர்.

டெல்லிகேட் காவல் நிலையத்தைச் சேர்ந்த சப் இன்ஸ்பெக்டர் ஷேக் அப்துல் ரஹ்மான் அங்கு வந்த அனைவரையும் சோதனை செய்தார். பத்திரிகையாளர்கள் கூட சோதிக்கப்பட்டனர்.

அரசு தரப்பில் ஆர். பி. சுராஜ் ஆஜரானார். எதிர்தரப்பில் ஆஷாப்அலி ஆஜரானார் பயிற்சிக்கென வந்திருந்த இரு மாஜிஸ்டிரேட்டுகள், ஆஷாப் அலியின் மனைவி, பகத்சிங்கின்

தாயும், தந்தை கிஷான் சிங், அஜித் சிங்கின் மனைவி ஆகியோர் அங்கு இருந்தனர்.

பகத்சிங்கும் தத்தும் காலை 10-08க்கு விசாரணை அறைக்கு கொண்டு வரப்பட்டனர். "புரட்சி நீடுழி வாழ்க" என இடிக்குரலில் பகத்சிங் முழங்கினார். "ஏகாதிபத்தியம் வீழ்க" என முழங்கினார். முழக்கங்களினால் நீதிமன்றம் பரபரப்படைந்தது.

இம்முழக்கங்களை நீதிமன்றம் பதிவு செய்தது. குற்றவாளி களுக்கு விலங்கிட உத்தரவிட்டது. குற்றவாளிகளின் தைரியம் மெய்சிலிர்க்க செய்வதாய் இருந்தது.

அவர்கள் இருவருமே மகிழ்ச்சியுடனும் புன்முறுவல் பூக்கும் முகத்துடனும் காணப்பட்டனர்.

ஓர் இரும்பு பெஞ்சின் மீது அவர்கள் அமர்ந்திருந்தனர். பின்னால் ரகசிய போலீசாரும் சிறை அதிகாரிகளும் அமர்ந்திருந்தனர்.

அரசு தரப்பில் அன்று பதினோரு சாட்சிகள் அழைத்து வரப்பட்டனர்.

அவர்கள்,

சி. வி. ஒப்ரெய்ன்	-	டெல்லி உட்லண்ட்ஸ் ஓட்டல் நிர்வாகி
ஜி. லுப்ரெய்ன்	-	அவரது சகோதரர் எம். எல்.
பஸ்ரிச்	-	தபால் தந்தி துணை பொது இயக்குனர்
எஸ். என். ராய்	-	உள்துறை செயலாளர்
ஆர். பி. ராஜ்	-	நிதித் துறை ஆணையர்.
டூபே	-	ராணுவத் துறை செயலரின் தனி உதவியாளர்
ராப்சன்	-	வெடிமருந்துத் துறை தலைமை ஆய்வாளர்

ஜே. கே. சென் - மருத்துவர்

துவர்கா திஷ் - துணை மருத்துவ அதிகாரி
ராம்ஸ்வரூப் - சப் இன்ஸ்பெக்டர்

கானல் ரெய் நாட் - டெல்லி மருத்துவ அதிகாரி

மதிய உணவிற்கு நீதிமன்றம் கலைவதற்கு சற்று முன்னதாக பகத்சிங்கின் பெற்றோர்களும் அஜித் சிங்கின் மனைவியும் போலீஸ் அதிகாரிகளின் முன்னிலையில் பகத்சிங்குடன் பேச அனுமதிக்கப். பட்டனர். அப்போது தன்னை தூக்குமேடைக்கு அனுப்பிவிட தீர்மானித்திருப்பதாயும் இனி தன்னைப் பற்றி அவர்கள் கவலைப்படக் கூடாதென்றும் மீண்டும் மீண்டும் வற்புறுத்திக் கூறினார்.

மீரட் சதி வழக்கு உட்பட பல்வேறு வழக்குகளின் போது அரசியல் கைதிகளுக்கு அனுமதிக்கப்பட்டதைப் போல தனக்கும் செய்தித் தாட்கள் படிக்க அனுமதி வழங்க வேண்டும் எனக் கோரினார். நீதிமன்றம் நிராகரித்தது. முன்னுதாரணங்களை பின்பற்ற வேண்டிய அவசியம் ஏதுமில்லை என்றது.

மே, 8, 1929 அன்று மறுபடி நீதிமன்றம் கூடியது. "புரட்சி நீடூழி வாழ்க! ஏகாதிபத்தியம் வீழ்க" என்ற கோஷங்கள் மீண்டும் எழுந்தன. இம்முறை அரசு தரப்பு சாட்சிகளாக வந்தவர்கள்.

ஹோபாசிங் - அரசுத் துறை காண்டிராக்டர் புதுடெல்லி மாஜிஸ்டிரேட்

டொரி டென்னிசன் - டெல்லி போக்குவரத்து இன்ஸ்பெக்டர்

செட் சிங் - புதுடெல்லி சப் இன்ஸ்பெக்டர் (பொறுப்பு)

அப்துல்சமத் - டெல்லி முதல் வகுப்பு மாஜிஸ்டிரேட் (அடையாளங் காட்டுதலை நடத்தியவர் இவர்)

சர்தார் அலி - புதுடெல்லி சப் இன்ஸ்பெக்டர்

ஹன்ஸ் ராஜ் - சப் இன்ஸ்பெக்டர்
ஜமில் அஹமது

அரசு தரப்பு வழக்கறிஞர் சுராஜ் நாராயண் பேசிய பின் பகத்சிங், தத் இருவரும் வாக்கு மூலங்களை அளிக்கும்படி கோரப்பட்டனர். ஆனால் இருவருமே மறுத்து விட்டனர். இருந்த போதிலும் பகத்சிங் எழுந்து நின்று சில கேள்விகளுக்கு பதிலளித்தார்.

நீதிமன்றம்: - உமது தொழில்?

பகத்சிங் : - ஒன்றுமில்லை

நீதிமன்றம் - உமது இருப்பிடம்?

பகத்சிங் : - லாகூர்

நீதிமன்றம் : - குறிப்பாக?

பகத்சிங்: - நாங்கள் அடிக்கடி இடம் மாறிக் கொண்டிருப்போம்

நீதி மன்றம் : - ஏப்ரல் 8ம் தேதி நீர் சட்டமன்றத்தில் இருந்தீரா ?

பகத்சிங் ஐ - இவ்வழக்கைப் பொறுத்தவரை வழக்கின் இந்தக் கட்டத்தில் வாக்குமூலம் எதுவும் தர அவசியம் இருப்பதாக எனக்குத் தோன்றவில்லை. தேவை யென்று தோன்றினால் பின்னர் வாக்குமூலம் தருகிறேன்.

நீதி மன்றம் : - நேற்று நீர் நீதி மன்றத்திற்கு வந்தபோதும், இன்றும் புரட்சி நீடூழி வாழ்க' என கோஷமிட்டீர் அதன் பொருள் என்ன?

எதிர் தரப்பு வழக்கறிஞர் ஆஷாப் அலி இக்கேள்வியை ஆட்சேபித்தார். ஆட்சேபம் ஏற்றுக்கொள்ளப்பட்டது. அதே போல் தத் வாக்குமூலம் ஏதும் அளிக்கவில்லை. கேள்விகளுக்கு

மட்டும் பதில் சொன்னார். எதிர் தரப்பு சார்பில் 40 நிமிடம் பல்வேறு வாதங்கள் சிறப்பாக முன் வைக்கப்பட்டன.

பின் 307ம் பிரிவின் கீழ் கொலைக் குற்றச் சாட்டையும் வெடி. மருந்து தடுப்புச் சட்டம் 3ம் பிரிவின் கீழ் குற்றச் சாட்டையும் அளித்தது. கொலை செய்யும் நோக்கில் குண்டு வீசி சட்டமன்றத்தில் இருந்த பலரை காயப்படுத்தியதாக இருவர் மீதும் குற்றம் சுமத்தப்பட்டது.

செசன்ஸ் விசாரணை:

ஜுன் மாதம் முதல் வாரத்தில் செசன்ஸ் விசாரணை ஆரம்பமானது. அரசு தரப்பு மேலும் சில சாட்சியங்களைக் கொண்டு வந்தது.

பின் பகத்சிங் தன் வாக்குமூலத்தை அளிக்க விரும்பி விரிவான வாக்குமூலத்தை தானே சிரமப்பட்டு எழுத்து வடிவில் தயார் செய்தார். ஜுன் 6ம் தேதி பகத்சிங், தத் சார்பில் அதனை ஆஷாப் அலி நீதி மன்றத்தில் வாசித்தார். புரட்சிகர இந்திய வரலாற்றில் மறக்க முடியாத அத்தியாயம் அது. புரட்சிகர, மார்க்சீய சித்தாந்தங்களின் மீது எழுதப்பட்ட உயிர்த்துடிப்புள்ள தஸ்தாவேஜ் ஆகும். நீதிமன்றத்தில் அமர்ந்திருந்த நீதிமன்ற மதிப்பீட்டாளர் நால்வரில் மூவர் கண்கள் கலங்கிப் போயிருந்தன.

வாக்குமூலம்:

“மிகவும் ஆபத்தான குற்றங்கள் சுமத்தப்பட்டு நாங்கள் இங்கே நிற்கிறோம். நாங்கள் அவ்வாறு நடந்து கொண்டமைக்கான காரணத்தினை இங்கு விளக்கியாக வேண்டும்.

இது தொடர்பாக கேள்விகள் எழுகின்றன.

1. சட்டசபையில் வெடிகுண்டு வீசப்பட்டதா? ஆம் எனில் ஏன்?
2. கீழ் கோர்ட்டு சுமத்திய குற்றச்சாட்டுகள் சரியானவையா? அல்லவா?

"வெடிகுண்டு வீசப்பட்டது உண்மைதான். கண்கூடாகப் பார்த்த சாட்சிகள் என்று கூறி அழைத்து வரப்பட்டவர்கள் கூறிய பொய். சாட்சிகளை கணக்கில் கொள்ளாமல் எங்களின் ஒப்புதல் வாக்குமூலத்தின் பேரிலேயே தீர்ப்பு சொல்லுங்கள். சார்ஜண்ட் டெர்ரி எங்களில் ஒருவரிடமிருந்து பிஸ்டல் ஒன்றை கைப்பற்றியதாக கூறியதையே பொய்சாட்சிக்கு உதாரணமாகக் கூறுகிறோம். உண்மையில் எங்களிடம் பிஸ்டல் ஏதுமில்லை. நாங்கள் குண்டு வீசியதைப் பார்த்ததாக ஒருவர் சாட்சி சொன்னார். அதுவும் பொய்தான். அவர் பார்க்கவில்லை. நீதி ஒழுக்கத்தையும் தூய்மையையும் பாதிப்பதாக அது உள்ளது".

நோக்கம் என்ன?

"இங்கிலாந்தை அதன் கனவுகளிலிருந்து எழுப்புவதற்கு வெடிகுண்டு தேவைப்பட்டது. மனதை ஆக்கிரமித்துக் கொண்டிருக்கும் துன்பத்தை வெளிப்படுத்த வாய்ப்பற்றவர்கள் சார்பில் எங்களின் எதிர்ப்பை பதிவு செய்யும் நோக்குடன் சட்டமன்றத்தில் வெடிகுண்டு வீசினோம். எங்களின் நோக்கம் செவிடாய்ப் போன காதுகளுக்கு உரிய நேரத்தில் எச்சரிக்கை செய்து கவனத்தை ஈர்க்க முயல்வதே ஆகும். இந்திய மனித குலத்தின் சலனமற்ற நிலை விரைவில் தலைகீழ் மாற்றமடைந்து கொந்தளிக்கும் என்பதை பலர் உணரத் தலைப்பட்டனர். முன்னால் தென்படும் அபாயங்களைப் பொருட்படுத்தாமல் விரைந்தோடு பவர்களை எச்சரித்து அபாயக் கொடியை ஏற்றி வைத்துள்ளோம். அஹிம்சாவாதம் என்கிற கனவுலக சகாப்தம் முடிந்து, புதிய தலைமுறையின் உருவாக்கத்தை நாங்கள் உணர்த்தியிருக்கிறோம்.

அஹிம்சாவாதக் கொள்கையை கண்டனம் செய்து பலாத்காரத்தைப் பயன்படுத்துவதை நியாயப்படுத்தி பகத்சிங் கூறினார். ஒரு நியாயமான காரணத்திற்காக பலாத்காரத்தைப் பயன்படுத்துவதை ஒழுக்கமான செயல் என்று நியாயப்படுத்தலாம். பலாத்காரத்தை அறவே ஒதுக்குவது என்பது வெறும் கனவே ஆகும். தன்னெழுச்சியாக இன்று நாட்டில்

தோன்றியிருக்கும் மாபெரும் இயக்கம் குரு கோபிந்த்சிங், சிவாஜி, லெனின், கமால் பாட்சா, வாஷிங்டன், கரிபால்டி, லாபால்ட் போன்றோரின் போதனைகளிலிருந்து உயிர் பெற்றதாகும்".

"சட்டமன்றத்தில் லேசான காயமடைந்தவர்கள் யார் மீதும் எங்களுக்கு தனிப்பட்ட விரோதம் கிடையாது. மனித உயிர்களை புனிதமாக மதிக்கிறோம் என்பதை மீண்டும் மீண்டும் வலியுறுத்திக் கூறுகிறோம். அது வெறும் வார்த்தையல்ல. மனித மேம்பாட்டிற்காக பிறரைக் காயப்படுத்துவதைக் காட்டிலும் எங்கள் உயிரை தியாகம் செய்ய ஒருபோதும் தயங்கமாட்டோம்".

புரட்சி பற்றிய தனது கருத்தை பகத்சிங் விளக்கினார். மக்கள் திரளின் அங்கமான தொழிலாளர் விவசாயிகளின் பொருளாதார அரசியல் சுதந்திரத்திற்கும் பெரிய சமூகப் பிரச்சனைகளைத் தீர்ப்பதற்கும் புரட்சி மட்டுமே வலுவான முறையாகும் என்றார். தனது வாக்குமூலத்தை முடிக்கையில் "புரட்சி நீடூழி வாழ்க" என்று கோஷமிட்டார்.

வழக்கு விசாரணை 1929 ஜனவரி 10ல் முடிவுற்றது. 12ம் தேதி தீர்ப்பு வழங்கப்பட்டது.

குற்றங்கள் நிரூபிக்கப்பட போதுமான தகவல்கள் உள்ளன என்றார் செசன்ஸ் நீதிபதி. மேலும்,

குற்றவாளிகள் சட்டமன்றத்தில் வெடிகுண்டு வீசியதை ஒப்புக் கொண்டுள்ளனர். துப்பாக்கியால் சுட்டதாகக் கூறப் பட்டதையும் அவர்களிடமிருந்து துப்பாக்கி பறிமுதல் செய்யப் பட்டதையும் மறுத்துள்ளனர். வான்நோக்கி துப்பாக்கியால் யாரோ சுட்டனர் என்று குற்றஞ்சாட்டிய அவர்கள் பெயர்களைக் குறிப்பிடவில்லை".

"அரசு தரப்பு சாட்சிகள் கூறிய துப்பாக்கி பறிமுதல், வெடிகுண்டு வீச்சு ஆகிய இரண்டையும் மறுத்துள்ளனர்.

புனித உயிர்களை புனிதமாக கருதுவதாகவும் எதிர்ப்பின் அடையாளமாகவும் எச்சரிக்கை செய்வதற்காகவும் வெடிகுண்டு வீசியதாகக் குறிப்பிட்டனர். காயமடைந்த யார் மீதும் தங்களுக்கு விரோதம் இல்லை என்றனர். காயம் லேசானது தான் என்றும் தங்களின் நோக்கமே பெரும் காயம் ஏதும் ஏற்படக் கூடாது என்பது தான் என்று இறுதியாக நீதிபதி கூறினார்.

"பகத்சிங், தத் இருவருமே துப்பாக்கியால் சுட்டதாகவும் வெடிகுண்டு வீசியதாகவும் துண்டுப் பிரசுரங்கள் வீசியதாகவும் கூறப்பட்ட நேரடி மற்றும் வாய்மொழி சாட்சியங்களை நான் ஏற்கிறேன்"

"பகத்சிங் மரணமடையச் செய்யும் அல்லது காயம் ஏற்படுத்தி அதன்மூலம் மரணமடையச் செய்யும் நோக்கில் முதல் வெடிகுண்டை வீசினார் என்பது நிரூபிக்கப்பட்டுள்ளது. மேலும் அவ்வாறு செய்ததன் மூலம் சர்ஜார்ஜ் சாசுஸ்டர், ஆர். ஆர்.பி. ராவ், சங்கர்ராவ் ஆகியோரை காயமடையச் செய்தனர் என்பதும் நிரூபிக்கப்பட்டுள்ளது. ஐ. பி. சி. 308ம் பிரிவின் கீழ் ஆயுட்கால நாடு கடத்தல் அல்லது அதற்கு குறைவான தண்டனை அளிக்கப்படத்தக்க குற்றம் இழைத்திருக்கின்ற னர்"

"1908ம் வருடத்திய வெடிமருந்து சட்டம் பிரிவு 3ன் கீழும் அவர்களின் செயல்கள் குற்றங்கள் ஆகின்றன.

"தத் இரண்டாம் வெடிகுண்டை வீசியதன் மூலம் எஸ். என். ராய், ராய்பகதூர் ஏ. மு. டுபே ஆகியோரை காயமடையச் செய்திருக்கிறார் என்பது நிரூபிக்கப்பட்டுள்ளது. அவரும் மேற்கண்ட இரண்டு பிரிவுகளின் கீழ் தண்டிக்கப் படத்தக்கவர் ஆகிறார்".

"அவர்களிருவருமே தற்செயலாகக் குற்றம் இழைக்க வில்லை. தங்கள் செயல்களின் விளைவுகளை அறிந்தே செய்திருக்கின்றனர். மீண்டும் அக்குற்றங்களை அவர்கள் செய்யக் கூடும்.

"ஒவ்வொரு குற்றஞ்சாட்டப்பட்டிருப்பவரின் செயல்கள் இரு சட்டப்பிரிவுகளின் கீழ் தண்டிக்கப்படத்தக்கவை. இந்தியன்

பீனல் கோட் 71ம் பிரிவின் கீழ் அவை கடுமையாகத் தண்டிக்கப் படத்தக்கவை. தண்டனையை தடுப்பு நோக்கம் கொண்ட தாகவும், தண்டிக்கும் நோக்கம் உடையதாகவும் குற்றத்தை தடுக்கும் நோக்கம் கொண்டதாகவும் கருதலாம்".

"இவர்கள் மனித உயிர்களை புனிதமாகக் கருதுவதாகக் கூறியிருக்கின்றனர். ஆனால் இவர்களின் செயல்கள் அவற்றிற்கு எதிரானதாக உள்ளது. இவர்களின் போக்கு தாங்கள் செய்கையை நியாயப் படுத்த முயற்சிப்பதாகவே உள்ளது. இவர்கள் திட்டமிட்டே காரியம் செய்திருக்கின்றனர். தொடர்ந்து செய்ய முனைவர். தடுப்பு நோக்கில் இவர்கள் தண்டிக்கப்பட வேண்டியவர்களே".

"இவர்களின் செய்கைகள் பிரச்சார நோக்கம் உள்ளதாக இருக்கிறது. குற்றங்களை தடுக்கும் நோக்கில் கூட இவர்கள் தண்டிக்கப் படத்தக்கவர்களே"

"இவர்கள் இளைஞர்கள், அதன் காரணமாக மட்டும் இவர்களுக்கான தண்டனையை குறைத்து விட முடியாது. பகத்சிங், தத் இருவரையுமே ஆயுட் கால நாடு கடத்தல் செய்யும்படி உத்தரவிடுகிறேன்"

தங்களின் செயல் நடவடிக்கைகளை விளம்பரப்படுத்தி மக்களிடம் விழிப்புணர்வை ஏற்படுத்த உயர் நீதிமன்றத்தை பயன்படுத்தி எண்ணி இருவருமே உயர் நீதி மன்றத்தில் முறையிட்டனர். நீதிபதி போர்டும், நீதிபதி அடிசனும் விசாரணை செய்தனர். ஆஷாப் அலி இரண்டரை நாட்களுக்கு வாதம் செய்தார். மூன்றாம் நாளின் பின் அரை நாளில் அரசு வழக்கறிஞர் வாதம் செய்தார். இரண்டரை நாள் வாதத்தில் இடையிடையே பகத்சிங் தன் வாதத்தை எடுத்துரைத்தார். மனு நிராகரிக்கப்பட்டு 1930 ஜனவரி 13ல் உயர் நீதிமன்றம் தீர்ப்பு வழங்கியது.

✦✦✦

லாகூர் சதி

சிறையிலிருந்த போது பகத்சிங் சிறை சீர்திருத்தங்களுக்காக காவியம் படைக்கும் போராட்டத்தை நடத்தினார். அப்போது தான் வாகர் சதி வழக்கு என்றும் சாண்டர்ஸ் கொலை வழக்கு என்றும் அழைக்கப்படும் வழக்கு சிறப்பு மாஜிஸ்ட்ரேட்டில் விசாரிக்கப் பட்டது. வாகூர் சிறையிலேயே 1929 ஜுலை 10 அன்று ஆரம்பமானது. 24 பேர் இதில் சம்மந்தப்படுத்தப் பட்டனர். அவர்களில் 6 பேரை பிடிக்க முடியவில்லை. மூவர் விடுவிக்கப்பட்டனர். எஞ்சிய 15 பேரில், பி. என். கோஷ், பகத்சிங் அடங்குவர், அவர்களில் ஏழுபேர் அப்ரூவர் ஆக மாறினர். ராம்சரண் தாஸ், பிரவாரம்தத் ஆகிய இரு

மாவீரன் பகத்சிங்

அப்ரூவர்களுமே நம்பத்தக்கவர் அல்ல என்று அரசு தரப்பில் முடிவு செய்யப்பட்டு எஞ்சிய ஐவரான செய்கோபால் மன்மோகன் பானர்ஜி, ஹன்ஸ்ராஜ், வோஹ்ரா, லலித்குமார் முகர்ஜி ஆகியோரே அப்ரூவர்களாக இருந்தனர்.

இளம் தேசபக்தர்கள் வழக்கை சீரியசாக எடுத்துக் கொள்ளவில்லை. விளையாட்டுப் போல் செயல்பட ஆரம்பித்தனர். பகத்சிங்கும் அவரது தோழர்களும் நீதி மன்றத்தையும் அதன் விசாரணை முறைகளையும் கேலிக் கூத்தாக்கினர். பகத்சிங் புரட்சிகரமான பாடல்களை பாடுவார். கோஷங்களை எழுப்புவார். மற்றவர்களும் அவருடன் சேர்ந்து கொள்வார்கள். விசாரணை ஸ்தம்பித்துப் போய்விடும். சில நேரங்களில் இவர்கள் நீதிமன்றத்திற்கு வர மறுத்து விடுவார்கள். கட்டாயப்படுத்தி தூக்கிக் கொண்டு போய் நிறுத்த வேண்டிய நிலை அரசுக்கு ஏற்பட்டது. இதன் காரணமாக சில சட்டச் சிக்கல்களும் எழுந்தன.

குற்றம் சாட்டப்பட்டவர் இல்லாமல் விசாரிக்க இயலாது என்பதால் விசாரணைக் கைதிகளும் அவர்களின் வழக்கறிஞர் களும் நீதி. மன்றத்திற்கு வராமலிருப்பது நீதிபதியை சிரமமான சூழலுக்கு ஆளாக்கியது.

இத்தகைய சூழ்நிலையை சமாளிக்க பஞ்சாப் அரசு, இந்திய அரசை அணுகியது. இதன் காரணமாக இந்திய அரசு 1930 மே 1 அன்று ஓர் அவசரச்சட்டம் பிறப்பித்தது. வேண்டுமென்றே விசாரணையை தடுப்பவர்களை சமாளிக்கும் அதிகாரத்தை லாகூர் உயர்நீதி மன்ற தலைமை நீதிபதிக்கு அளித்தது. இத்தகைய வழக்குகளை மூவர் கொண்ட குழு விசாரிக்கும் என்றது. மூவரும் உயர் நீதிமன்ற நீதிபதிகள். இவர்கள் அளிக்கும் தீர்ப்பே இறுதியானது. தீர்ப்பை உறுதி செய்ய வேண்டிய அவசியம் இல்லை. குற்றம்சாட்டப்பட்டவர் இல்லாமலேயே விசாரிக்கவும் வழி வகை செய்யப்பட்டது.

லாகூர் சதி வழக்கின் விசாரணை லாகூரிலுள்ள பூஞ்ச் இல்லத்தில் மே 5ம் தேதி ஆரம்பமானது. நீதிபதி கோல்ட்ஸ்ட்ரீம் விசாரணைக்குழு தலைவராகவும், நீதிபதிகள் அக்ஹா

ஹெய்டர், ஹில்டன் உறுப்பினராகவும் இருந்தனர். அரசு தரப்பில் கார்டன் நோட், கலண்டர் அலிகான், கோபால் லால், பக்சிதினானந்த் ஆகியோர் வாதம்புரிந்தனர்.

காலை 11 மணிக்கு டிரிபூனல் விசாரணையைத் துவக்கியது. புரட்சியாளர்கள் 10.02 மணிக்கு நுழைந்தனர். புரட்சிகர கோஷங்களை முழக்கினர். எட்டு நிமிடங்களுக்கு புரட்சிகர கீதங்களைப் பாடினர்.

முந்தைய வழக்கில் செய்ததைப் போலவே பகத்சிங் வழக்கறிஞரை அமர்த்த மறுத்தார். விசாரணை ஒரு நாடகம் என்றும், நீதிமன்றம் போன்ற நிறுவனங்களின் மீது தமக்கு நம்பிக்கையில்லை என்றும் வற்புறுத்திக் கூறினார் . நண்பர்கள் மற்றும் உறவினர்களின் வலியுறுத்தலால் குறுக்கு விசாரவணை செய்வதற்கு தமக்கு ஆலோசனை மட்டும் வழங்க திரு. துனிசந்த்தை அனுமதித்தார். வழக்கறிஞர் சாட்சிகளை விசாரிக்கவோ, நீதிமன்றத்தின் முன் பேசவே தேவையில்லை என்றார்.

தன் மீது சாட்டப்பட்ட குற்றங்களை பகத்சிங் மறுக்க வில்லை. விசாரணையை தன் கருத்துக்களை பிரச்சாரம் செய்வதற்கான மேடையாகப் பயன்படுத்தவே தாம் வந்திருப்பதாகக் கூறினார். தேசத்தின் விடுதலையைக் காட்டிலும் தன் சொந்த விடுதலை ஒன்றும் முக்கியமானதல்ல என்று கருதினார். செப்டம்பர் 20 அன்று மரண தண்டனை அளிக்கப் படுவது தெளிவாகத் தெரிந்தபோது பகத்சிங்கின் தந்தை கிஷன்சிங் தன் மகன் மீது பீறிட்டெழுந்த பாசத்தின் காரணமாக தன் மகன் குற்றம் நடந்த அன்று லாகூரில் இருந்திருக்கவில்லை என்பதை நிரூபிக்க தனக்கு ஒரு சந்தர்ப்பம் அளிக்குமாறு டிரிபூனலிடமும் வைஸ்ராயிடமும் மனு செய்தார்.

இதுகுறித்து கேள்விப்பட்டதும் பகத்சிங் வியப்படைந்தார். அவரின் மன நிலை பாதிக்கப்பட்டது. பதறிப்போய் தந்தையைக் கடிந்து கொண்டு இவ்வாறு எழுதியிருந்தார்.

“தந்தை என்கிற பாசத்தின் காரணமாக நீங்கள் மனு செய்து இருப்பது சரியல்ல. என்னை நீங்கள் இது குறித்து

ஆலோசிக்கவில்லை. அரசியல் கருத்துக்களில் உங்களுக்கும் எனக்கும் கருத்து வித்தியாசம்தாம் உண்டு. நீங்கள் சம்மதித்தீர்களா இல்லையா என்பதையெல்வாம் பற்றிக் கவலைப் படாமல் நான் சுயமாக செயல்படுவதே என் வழக்கம். நீங்கள் செய்த காரியம் என்னை மிகவும் பாதிக்கிறது."

எதிர்பார்த்தபடியே நீதி மன்றம் பகத்சிங்கையும் அவரின் தோழர்களையும் குற்றவாளியென்றே முடிவு செய்தது. பகத்சிங்குக்கு எதிரான ஆதாரங்கள் மூன்றுவகையில் இருந்தன.

1. கொலை செய்ததைப் பார்த்த கண்கூடான சாட்சிகள், பகத்சிங்கை அடையாளம் காட்டியது.

2. ஜெய்கோபால், ஹான்ஸ்ராஜ் வொஹ்ரா ஆகிய இரு அப்ரூவர்கள்.

3. "ஸ்காட் இறந்து விட்டான்" என்ற வாசகங்கள் அடங்கிய போஸ்டரை பகத்சிங் கைப்பட எழுதினார் என்பதை நிரூபிக்கும் கையெழுத்து நிபுணர்களின் கருத்து.

இ. பி. கோ. பிரிவுகள் 121, 302, வெடி மருந்து சட்டப்பிரிவுகளின்படி பகத்சிங் தண்டிக்கப்பட்டார். அக்டோபர் 7-ல் தீர்ப்பு வாசிக்கப்பட்டது.

அதில்-

"திட்டமிட்டுக் கொலை செய்தமைக்காக, சதியில் முதன்மை பங்கு வகித்தமைக்காக பகத்சிங் கழுத்தில் சுருக்கு மாட்டி சாகடிக்கப்படுவார்."

பகத்சிங் போன்றே ராஜகுரு, சுகதேவ் இருவருக்கும் தூக்கு தண்டனை அளிக்கப்பட்டது.

எஞ்சிய சிவ்வர்மா, கிஷோரிலால் கயா பிரசாத், ஜெய்தேவ் கபூர், பிஜாய் குமார் சின்ஹா , மகபீர் சிங், கமல்நாத் திவாரி ஆகியோர் ஆயுட்கால நாடு கடத்தல் தண்டனை விதிக்கப்பட்டனர்.

குண்டன் லால், ஏழாண்டு சிறையும், பிரேம்தத் ஐந்தாண்டு சிறையும் பெற்றனர்.

அஜாய் கோஷ், சன்யால், தியோராவ் ஆகியோர் விடுவிக்கப் பட்ட னர்.

தப்பியிருந்தவர்களில் பகவதி சரண் மே 1930 ல் வெடிகுண்டு விபத்தில் காலமானார். சந்திரசேகர் ஆசாத் அலஹாபாத் ஆசாத் பூங்காவில் 1931 பிப்ரவரியில் போலீசாருடன் ஏற்பட்ட மோதலில் மரணமடைந்தார்.

நீடித்த சட்டப்போர்:

மரண தண்டனை வழங்கப்பட்டபின் வழக்கறிஞர் குழு பிரபலமாக பிரமுகர்களைக்கொண்டு அமைக்கப்பட்டது. லாலா துணி சந்த், டாக்டர் கோப் சந்த் ஆகியோர் அதில் அங்கம் வகித்தனர். அரசின் தனிக்குழுவிடம் மனு செய்யத் தீர்மானித்தனர். அவசரச் சட்டத்தை சட்ட விரோதமானது என்று வாதம் புரியவும், வெளிநாடுகளில் இந்திய விடுதலைப் போர் குறித்த பிரச்சாரங்கள் மேற்கொள்ளவும் இதனை பயன்படுத்திக்கொள்வதென முடிவு செய்தனர். 1931 பிப்ரவரி 10ம் தேதி மனு தள்ளுபடி செய்யப்பட்டது. ஆனால் இந்திய மக்கள் மனம் தளரவில்லை. 14-ம் தேதி - மதன்மோகன் மாளவியா வைஸ்ராயிடம் அளித்த மனுவில், மரணதண்டனையை ஆயுட்கால நாடுகடத்தலாக குறைக்கும்படி கோரியிருந்தார். 16ம் தேதி ஜிவான்லால், பல்ஜிட், ஷாம்லால் ஆகியோர் மரண தண்டனைக்கென குறிப்பிட்டதேதியில் அது (அக்டோபர் 1930) நிறைவேற்றப்படவில்லை என்பதாலும், டிரிபூனல் கலைக்கப் பட்டு விட்டதாலும் தொடர்ந்து சிறை வைத்திருப்பது சட்டப்படி தவறு என்றும் உடனே அவர்களை ஆஜர் செய்ய வேண்டும் என்றும் கோரி உயர்நீதி மன்றத்தில் மனு செய்தனர். பிப்ரவரி 20ம் தேதி மனு நிராகரிக்கப்பட்டது.

இதனால் நாட்டில் கடும் கொந்தளிப்பு உருவாயிற்று.

இதற்கிடையில் மகாத்மா காந்தி, அரசுக்கு வற்புறுத்திக் கூறினார். "கராச்சி காங்கிரஸ் மாநாடு நடைபெறுவதற்கு முன்பு இவர்களின் மரண தண்டனை நிறைவேற்றப்பட வேண்டும் என்று"!

அரசு விழித்துக் கொண்டது. ஒரு ரகசிய தந்தியின்படி "மார்ச் 23 மாலை 7 மணிக்கு பகத்சிங், ராஜகுரு, சுகதேவ் மூவரும் மீதான மரண தண்டனை நிறைவேற்றப்பட வேண்டும். மார்ச் 24 விடிகாலையில் லாகூர் மக்களுக்கு இச்செய்தி அறிவிக்கப்பட வேண்டும்." அவ்வாறே வீர இளைஞர்கள் பிரிட்டிஷ் ஏகாதிபத்தியத்தினால் தூக்கிலிட்டுக் கொல்லப் பட்டனர்.

நியூயார்க் நகரின் 'டெய்லி ஒர்க்கர்' என்ற ஏடு இவ்வாறு எழுதியது.

"இந்திய விடுதலை வீரர்கள்- லாகூர் கைதிகள்- பகத்சிங், ராஜகுரு, சுகதேவ் மூவரும் பிரிட்டிஷ் ஏகாதிபத்தியத்தைப் பேணி- காக்கும் பிரிட்டிஷ் தொழிற்கட்சி அரசால் தூக்கிலிடப் பட்டுள்ளனர். மெக்டொனால்ட் தலைமையிலான தொழிற்கட்சி அரசு செய்த மோசமான செய்கை இது, ஏகாதிபத்தியத்தைக் காப்பாற்ற தொழிற்கட்சி அரசு எவ்வளவு கீழ்த்தரமான நடவடிக்கை எடுத்துள்ளது."

நேரு உள்ள படியே மனம் வருந்தினார். வீரர்களைப் போற்றினார்.

"பகத்சிங்கின் தன்னலமற்ற துணிச்சல் அபூர்வமானது. போற்றுதலுக்குரியது" என அக்டோபர் 12 அன்று ஒரு பொதுக் கூட்டத்தில் குறிப்பிட்டார்.

குற்றவாளிகள் நீதிமன்றத்தில் அளித்த வாக்குமூலங்கள் 3092 பக்கங்களை கொண்டவை. நான்கு புத்தகங்களாக வெளி வந்தன. இந்த வேலையே 10 மாதங்களை எடுத்துக் கொண்டது.

செசன்ஸ் நீதிபதி 676 பக்கங்களில் இரண்டு புத்தகமாக தனது தீர்ப்பை எழுதினார். மாஜிஸ்ட்ரேட்டின் ஆணை 287 பக்கங்களில் எழுதப்பட்டது.

வழக்கு ஆரம்பத்திலிருந்தே அரசியல் வழக்காகவே சென்றது. அரசு தரப்பு வழக்கறிஞர் லாங்க்போர்ட் ஜேம்ஸ் தங்கள் மீது குற்றங்களை நிரூபிக்க முடியாமல் கம்யூனிசத்தையும் மூர்க்கமாகத் தாக்கத் தொடங்கியதால் எதிர் தரப்பும் தங்கள் லட்சியங்களை கோட்பாடுகளை விவரிக்க வழக்கைப் பயன்படுத்தலாயினர். எதிர் தரப்பினரின் வாதங்கள் இந்திய தொழிலாளர் இயக்கத்தின் விலை மதிப்பற்ற தஸ்தாவேஜ் என்கிறார் வரலாற்றாசிரியர் ரஜ்னி பாமிதத்.

மீரட் சதி

இந்தியாவில் இடதுசாரிகளின் வளர்ச்சியைத் தடை செய்யும் நோக்கத்துடன் பிரிட்டிஷ் அதிகாரிகளால் 1928ல் தொடரப் பட்ட புகழ்மிக்க இந்த வழக்கு ஏறத்தாழ நான்காண்டு காலம் நடைபெற்றது. இளம் கம்யூனிஸ்டுகளின் தலைமையும், தொழிற்சங்க இயக்கத்தின் தலைமையும் இவ்வழக்கில் சம்பந்தப் படுத்தப்பட்டன. வழக்கு நடைபெற்றுக் கொண்டிருந்தபோது குற்றம் சாட்டப்பட்டவர் அனைவருக்குமே ஜாமீன் மறுக்கப் பட்டதுடன், ஜூரி விசாரணையும் அற்ப காரணங்களின் பேரில் மறுக்கப்பட்டது. வேண்டுமென்றே குற்றம் சாட்டப்பட்டவர்கள் அவசியம் தண்டிக்கப்பட்டே தீரவேண்டும் என்ற நோக்கில் விசாரணை நடத்தப்பட்டது.

தங்களின் அரசியல் மற்றும் பொருளாதார ஆதிக்கத்தை எதிர்க்கும் எத்தகையதொரு ஒருங்கிணைக்கப்பட்ட எதிர்ப்புகளை அடியோடு நசுக்கும் பிரிட்டிஷ் ஏகாதிபத்தியத்தின் போக்கிற்கு அப்பட்டமான உதாரணமே மீரட் சதி வழக்கு. தொழிலாளர்களை ஒருங்கிணைப்பதை முறியடித்து தொழிற்சங்க இயக்கத்தை சின்னாபின்னப்படுத்த இவ்வழக்கு பயன்படுத்தப்பட்டது.

இந்திய வரலாற்றில் 1928-29ம் ஆண்டுகள் மிகவும் குறிப்பிடத் தக்க ஒன்றாகும். இந்த கால கட்டத்தில் தான் இடது சாரி இயக்கம் ஒருங்காக உருவெடுக்கத் தொடங்கியது. குறைபாடுகளை வெளிப்படுத்தவும், சிறப்பான வேலைச் சூழல் கோரியும், கூலி உயர்வு கேட்டும் தொழிலாளர்கள் முயன்றனர். கம்யூனிஸ்டுகள் காலூன்றத் தொடங்கியதும் அப்போது தான். இதற்கு முன்னரே கம்யூனிஸ்ட் கட்சி இந்தியாவில் செயல்பட்டு வந்திருந்த போதிலும் 1927 வரை முக்கியத்துவம் பெற்றிருக்கவில்லை. 1928-29களில் தொழிற்சங்க இயக்கத்திற் குள்ளும், இளைஞர்கள் மத்தியிலும் கம்யூனிஸ்டுகள் செயல்படத் துவங்கியிருந்தனர். தேசீயவாதிகளில் பலம் வாய்ந்த பிரிவினர் கம்யூனிஸ்டுகள் பக்கம் சாயத் தொடங்கியதும் அப்போதுதான். இந்தியாவிலிருந்த பிரிட்டிஷ் அரசு லண்டனுடன் இது குறித்து பலமாக விவாதித்தது. சட்டமியற்றுதல், தண்டனை நடவடிக்கை களைத் தயார் செய்தல் போன்றவை பரிசீலிக்கப் பட்டது.

மீரட் வழக்கில் 32 தொழிற்சங்க முன்னணித் தலைவர்கள் சம்பந்தப்படுத்தப்பட்டனர். இதன் விளைவாக கம்யூனிஸ்ட் இயக்கம் மாத்திரமின்றி முழு இடதுசாரி இயக்கமும் கடுமையான பின்னடைவுக்குள்ளாகியது.

இர்வின் பிரபுவின் ரகசியத் தந்தி :

1927லிருந்தே பிரபலமான இடது சாரித் தலைவர்களை சிக்க வைக்க சதிவலை வீசப்பட்டிருந்தாலும் 1928 செப்டம்பர் 13 அன்று பிரிட்டனில் உள்ள இந்திய அரசு செயலருக்கு இர்வின் பிரபு அனுப்பிய ரகசியத் தந்தியே ஆதாரப்பூர்வமான ஒன்று எனக் கூறலாம். அப்போது பொதுப் பாதுகாப்பு மசோதா

சட்டமன்றத்தில் மிகுந்த சிரமத்துடன் நுழைக்கப்பட்டிருந்தது. அதைப் பற்றியும் தந்தி குறிப்பிடுகிறது தந்தியின் வாசகம் :

“இந்தியா முழுவதுமுள்ள முக்கிய கம்யூனிஸ்ட் தலைவர்கள் மீது போடக் கூடிய முழுமையான சதி வழக்கொன்றைத் தயாரிக்கும் பணியில் ஈடுபட்டுள்ளோம். இந்தியாவில் செயல்பட்டுக் கொண்டிருக்கும் ஸ்பாரட், ப்ராட்லி ஆகிய இரு ஆங்கிலேயர்கள் மீது தகவல்கள் சேகரிக்கப்பட்டபின் வழக்கு அவசியமெனில் நடவடிக்கை எடுக்கலாம். ஆனால் அவர்கள் மீது புதிய சட்டத்தை பயன்படுத்தத் தேவையில்லை. சாதாரண சட்டமே போதுமானவை.”

ஆரம்ப அறிக்கை :

உளவுத் துறை இயக்குனர் சர்டேவிட் பெட்ரி 1929 ஜனவரி 15ல் சதி வழக்கு குறித்த ஆரம்ப அறிக்கை அளித்தார். சீனியர் போலீஸ் அதிகாரியான ஆர்.கே. ஹாடன் பிரிட்டிஷ் ஆட்சியை தூக்கியெறிய கம்யூனிஸ்ட்கள் சதி செய்தமைக்கு போதிய சட்ட ஆதாரங்கள் உண்டு என்று கொடுத்த அறிக்கையே இதற்கு அடிப்படையாகும். இவர் தனது அறிக்கையில் கடந்த சில ஆண்டுகளில் கம்யூனிஸ்ட் இயக்கம் பெற்று வந்துள்ள வளர்ச்சியை சுட்டிக்காட்டினார். தற்காலிகமாக தனது நடவடிக்கைகளை நிறுத்தி வைத்திருந்த எம்.என்.ராய் போன்றவர்கள் இந்தியாவில் புரட்சி நடத்தத் தயார் செய்ததாக அறிக்கை கூறியது. ராய் 1924ல் கான்பூர் வழக்கில் சிக்கியபின் பின் கம்யூனிஸ்ட் அகிலம் பிரிட்டிஷ் கம்யூனிஸ்ட் கடசியின் ஒத்துழைப்புடன் இந்தியாவில் செயல்படத் தொடங்கியது. இதில் ஸ்பாரட், ப்ராட்லி என்ற இரு ஆங்கிலேயர்கள் சம்பந்தப்பட்டிருக்கிறார்கள் என்பதையும் ஹர்டனின் அறிக்கை சுட்டிக் காட்டியது.

இவ்வறிக்கையின் பேரில் சதி வழக்கை ஆரம்பிக்க வைஸ்ராய் தீர்மானித்தார். கம்யூனிஸ்ட் கட்சியை உடைப்பதற்கும். ஆபத்தான தலைவர்களை அகற்றுவதற்கும், கம்யூனிஸ்ட் சார்பான தொழிற்சங்க, விவசாய சங்கங்களை சட்டவிரோதக் கும்பல் என்று முடிவு கட்டுவதற்கும் சதிவழக்கின் தீர்ப்பு உதவியாயிருக்கும் என நம்பினார்.

மீரட் சதி வழக்கின் குற்றவாளிகள் படம் உதவி: Popular Jurist ஏடு

மீரட் :

வழக்கை நடத்த மீரட் தேர்ந்தெடுக்கப்பட்டதற்கு விஷேசமான காரணங்கள் உண்டு. ஏனெனில் பம்பாய் கல்கத்தா போன்ற நகரங்களில் தொழிலாளர்கள் எண்ணிக்கை அதிகம். அங்கு பதட்டமான நிலை வேறு நிலவியது. மீரட்டிற்கு ஸ்பாரட் போன்றவர்கள் விஜயம் செய்திருப்பது வழக்கிற்கு சாதகமான ஒன்றாகும். மேலும் அங்கே தொழிலாளர் விவசாயிகள் கட்சியின் கிளைகளும் மீரட்டில் இருந்தன தவிர மீரட் நாட்டின் மையமான இடத்தில் இருப்பதால் குற்றம் சாட்டப் பட்டவர்களும், சாட்சிகளும், அரசுப் பிரதிநிதிகளும் சென்று வருதல் எளிது. பம்பாயிலோ கல்கத்தாவிலோ விசாரணை நடத்தப்படும் பட்சத்தில் ஜுரி விசாரணையைத் தவிர்த்திருக்க இயலாதிருந்திருக்கும்.

கைது :

இந்திய பீனல் கோட் பிரிவு 121-ஏ யின் கீழ் தண்டிக்கத்தக்க குற்றமான பிரிட்டிஷ் இந்தியாவின் அரசைத் தூக்கியெறிய சதி செய்ததாக 31 இடதுசாரித் தலைவர்களைக் கைது செய்ய வைஸ்ராய் குழு 1929 மார்ச் 14ல் அனுமதியளித்தது. உள்துறை அமைச்சகத்தின் சார்பில் அதிகாரி எம்.ஏ.ஹர்டன் மீரட் மாவட்ட மாஜிஸ்டிரேட் நீதி மன்றத்தில் 31 பேர் மீது புகார் செய்தார்.

குற்றம் சாட்ப்பட்டவர்கள் :

எஸ். ஏ. டாங்கே	:	தொழிற்சங்கத் துணைச் செயலாளர் - கிர்னி கம்கார் சங்கப் பொதுச் செயலாளர். இவர் ஏற்கனவே காவன்போர் வழக்கில் தண்டிக்கப் பட்டவர்.
கிஷோரிலால் கோஷ்	:	வங்கப் பிரதேச தொழிற்சங்கக் கூட்டமைப்பின் செயலாளர்.

டி. ஆர். தெங்க்டி	:	தொழிற்சங்க முன்னாள் தலைவர் - அப்போதைய செயற்குழு உறுப்பினர், காங்கிரஸ் கட்சி உறுப்பினர்.
எஸ். வி. காட்டெ	:	தொழிற்சங்கத் துணைச்செயலாளர், பம்பாய் நகராட்சி தொழிலாளர் சங்க துணைத் தலைவர்.
கே. என். ஜோக்லேகர்	:	ரயில்வே தொழிலாளர் சங்க அமைப்புச்செயலாளர்.
எஸ். எச். ஜாப்வாலா	:	அனைத்திந்திய இரயில்வே தொழிலாளர் கூட்டமைப்பின் அமைப்புச்செயலாளர், கிர்னி கம்கார் சங்க முன்னாள் துணைத் தலைவர்.
சௌகட் உஸ்மானி	:	தொழிலாளர் ஆதரவு உருது பத்திரிகையின் ஆசிரியர். ஏற்கனவே எஸ்.ஏ. டாங்கேயுடன் தண்டிக்கப் பட்டவர்.
முசபார் அக்மது	:	தொழிற்சங்கத் துணைத் தலைவர். வங்காளத் தொழிலாளர் விவசாயிகள் கட்சிச் செயலாளர் ஏற்கனவே தண்டிக்கப்பட்டவர்.
ஸ்பாரட்	:	தொழிற்சங்க முன்னாள் செயற்குழு உறுப்பினர்.
ப்ராட்லி	:	லண்டன் மாவட்ட பொறியியல் தொழிற்சங்க உறுப்பினர். இரயில்வே தொழிலாளர் சங்கம், கிர்னி கம்கார் சங்கம் இவற்றின் செயற்குழு உறுப்பினர். அனைத்திந்திய இரயில்வே தொழிலாளர் சங்கதுணைத்தலைவர். பம்பாய் ஆலைத் தொழிலாளர்

		போராட்ட கூட்டுக் குழுவின் பொருளாளர்.
மிராஜ்கர்	:	கிர்னி கம்கார் சங்கத் துணைச் செயலாளர்.
பி. சி. ஜோஸி	:	ஐக்கிய பிரதேச தொழிலாளர் விவசாயிகள் கட்சி துணைச் செயலாளர்.
ஆல்வே	:	கிர்னி கம்கார் சங்க தலைவர்.
காஸ்லே	:	கிர்னி கம்கார் சங்க நிர்வாகி.
கோபால் பாசக்	:	1928ல் நடைபெற்ற சோசலிஸ்ட் இளைஞர் மாநாட்டு தலைவர்.
அதிகாரி	:	டாக்டர் பட்டம் பெற்றவர். 'ஸ்பார்க்' என்ற சோசலிச ஏட்டின் கட்டுரையாளர்.
மஜீத்	:	கிலாபாத் இயக்கத்துடன் 1920ல் இந்தியாவைவிட்டு வெளியேறியவர். ரஷ்யா சென்று திரும்புகையில் கைது செய்யப் பட்டவர். விவசாயக் கட்சி செயலாளர். பஞ்சாப் இளைஞர் சங்கத்தைத் தொடங்கியவர்.
நிம்கார்	:	பம்பாய் தொழிற் கவுன்சில் பம்பாய் பிரதேசகாங்கிரஸ்கமிட்டி செயலாளர். அனைத்திந்திய காங்கிரஸ் கமிட்டி உறுப்பினர். அனைத்திந்திய தொழிலாளர் விவசாயிகள் 11135) கட்சியின் பொதுச் செயலாளர்.
விஸ்வ நாத் முகர்ஜி	:	தொழிலாளர் விவசாயிகள் கட்சியின் பிரதேச ஐக்கியத்தின் தலைவர்.

சிதார் நாத் செகல்	:	பஞ்சாப்காங்கிரஸ்கமிட்டிதலைவர். பிரதேச காங்கிரஸ் கமிட்டியின் நிதிச் செயலாளர். அனைத்திந்திய இளைஞர் சங்க உறுப்பினர்.
ராதா ராமன் மித்ரா	:	வங்காள சணல் தொழிலாளர் சங்க செயலாளர்.
தரனி கோஸ்வாமி	:	வங்காளதொழிலாளர்விவசாயிகள் கட்சி துணைச்செயலாளர். பிரபல தொழிற்சங்கவாதி.
கௌரி சங்கர்	:	தொழிலாளர்விவசாயிகள்கட்சியின் ஐக்கிய பிரதேச செயற்குழு உறுப்பினர்.
சம்சுல் ஹுடா	:	வங்காளபோக்குவரத்துதொழிலாளர் சங்க செயலாளர்.
பானர்ஜி	:	வங்காள சணல் தொழிலாளர் சங்கத் தலைவர். கரக்பூர் இரயில்வே போராட்ட வழக்கில் ஏற்கனவே தண்டிக்கப்பட்டவர்.
சோகன் சிங் ஜோஸி	:	அனைத்திந்திய தொழிலாளர் விவசாயிகள் கடசியின் முதல் மா நாட்டுத் தலைவர்.
எம். ஜி. தேசாய்	:	பம்பாயிலிருந்து வெளியான 'ஸ்பார்க்' என்ற சோசலிஸ்ட் ஏட்டின் ஆசிரியர்.
அஜித்யா பிரசாத்	:	வங்காளதொழிலாளர்விவசாயிகள் கட்சியின் முன்னணி உறுப்பினர்.
லட்சுமணராவ் கதம்	:	ஜான்ஸி நகராட்சி தொழிலாளர் சங்க அமைப்பாளர்.
ஹுட்சிசன்	:	'நியூஸ் பார்க்' ஏட்டின் ஆசிரியர்.

மார்ச் 20ல் கைதுகள் நடைபெற்றன. ஆங்கிலேயரும் பத்திரிகையாளருமான லெஸ்டர் ஹூட்சிசன் செபடம்பரில் கைது செய்யப்பட்டதுடன் கைதானவர்களின் எண்ணிக்கை 32ஆக உயர்ந்த து.

கொந்தளிப்பு :

கைது பற்றிய செய்திகள் நாடெங்கிலும் தீவிரமான கொந்தளிப்பை ஏற்படுத்திற்று. வெளி நாடுகளிலும் கண்டனக் குரல்கள் எழுப்பப்பட்டன. யாரும் எதிர்பாராதிருக்கையில் தன் சொந்த ஆசையின் பேரில் மகாத்மா காந்தி அவர்கள் அக்டோபர்27ல் மீரட் சிறைக்கு சென்று கம்யூனிஸ்ட் கைதிகளைப் பார்த்து இரண்டு மணி நேரம் பேசிக் கொண்டிருந்தார். அப்போது குறிப்பிட்டார்.

“இங்கு வருகை தந்ததன் மூலம் இவ்வழக்கு தவறானது என்பதையும், அராஜகமானது என்பதையும் அமைதியான முறையில் வெளிப்படுத்துகிறேன். மீரட் போன்ற எதிர் வழக்காட சிறிதும் வசதியற்ற ஓரிடத்தில் நீங்கள் வைக்கப்பட்டிருப்பதும் தவறானது”.

மார்ச் 21ல் ஜவஹர்லால் நேரு வெளியிட்ட அறிக்கையில் இவ்வாறு சொன்னார். இந்தக் கைதுகள் தொழிற்சங்க இயக்கம், இளைஞர் இயக்கம் இவற்றிற்கெதிரான நடவடிக்கையாகும். இவ்வியக்கங்களை அமைத்து வருபவர்களை அச்சுறுத்த பிரிட்டிஷ் அரசு முயல்வதாகக் குற்றம் சாட்டினார். வழக்காட நிதி சேர்க்கவும், தனது சர்வ. தேச தொடர்புகள் மூலம் ஆதரவு திரட்டவும் செய்தார். இவ்வழக்கு கம்யூனிஸ்ட்களுக்கு எதிரானது என்று அரசியல் நோக்கில் பாராமல் முழு தொழிலாளர் வர்க்கத்திற்கும் எதிரானது என்றே நோக்கினார்.

கைது செய்யப்பட்டவர்களின் சிறை வாசம் நீடித்துக் கொண்டேபோனது. இந்தியாவெங்கிலும் கைப்பற்றப் பட்டிருந்த தஸ்தாவேஜ்களை பார்வையிட வேண்டியிருந்ததால் ஆரம்ப கட்ட விசாரணை மிகவும் தாமதமானது.

ஆரம்ப விசாரணைகள் :

ஆரம்ப விசாரணை ஜுன் 2ல் தொடங்கியது. தனியாகவும் கூட்டாகவும் அளிக்கப்பட்ட ஜாமீன் மனுக்கள் தள்ளுபடி செய்யப்பட்டன. விசித்திரமான காரணம் கூறப்பட்டு மாஜிஸ்டிரேட்டால் ஏற்றுக்கொள்ளப்பட்டது. "குற்றவாளிகள் தண்டனை பெறுவது உறுதி. ஏனெனில் இந்திய அரசு மிகுந்த எச்சரிக்கையுடன் வழக்கைத் தயாரித்திருக்கிறது."

ஆரம்ப விசாரணையை நடத்தியவர் மீரட் மாவட்ட நீதிமன்றத்தின் சிறப்பு மாஜிஸ்டிரேட் மில்லர் ஒயிட். பிராசிக்யூசன் தரப்பில் லாங்க்போர்ட் ஜேம்ஸ் என்கிற அக்காலத்தில் வழக்காட மிக அதிகத் தொகை பெறுகிற வழக்கறிஞர் ஆஜரானார். இவர் இந்திய விடுதலைக்கும் கம்யூனிஸ்ட் சித்தாந்தத்திற்கும் ஜென்ம விரோதி. "பிரிட்டிஷ் ஆட்சி இந்தியாவில் இருப்பது இந்தியர்களுக்குத்தான் நல்லது" என்று உண்மையிலேயே நம்புகிறவர்.

முதல் நான்கு நாட்களுமே ஏறத்தாழ பதினேழரை மணி நேரம் இவர் பேசினார். இவர் பேச்சில் குற்றம் சாட்டப்பட்டவர் செய்ததாகக் கூறப்பட்ட சதியைப் பற்றி ஏதும் இல்லை. மாறாக நீதி மன்றம் இதற்கு முன் எப்போதும் கேட்டிராத வகையில் வழக்கோடு சம்பந்தமில்லாமல் மார்க்சீய-லெனிய சித்தாந்தத்தின் மீது தாக்கு, சோவியத் ரஷ்ய அரசாங்கம் அதன் கொள்கை மீதானதாக்கு, கம்யூனிஸ்ட் அகிலம் மீதான தாக்கு, குற்றம் சாட்டப்பட்டவர்களின் தேச விரோதப் பண்புகள் என்கிற ரீதியில் பேசித்தீர்த்தார்.

மேலும் அவர் இந்தியாவில் கம்யூனிசத்தை பரப்புவதில் மாஸ்கோ மற்றும் மூன்றாம் அகிலத்தின் பங்களிப்பை வலியுறுத்திக் கூறினார். மூன்றாம் அகிலத்தின் தோற்றம், நோக்கம், அமைப்பு, வழிமுறைகள், தந்திரங்கள் இவற்றை விரிவாக விவரித்ததுடன் மூன்றாம் அகிலத்துடன் தொடர்புடைய பெரும்பாலோர் ரத்தக் களரி மற்றும் பயங்கரவாத செயல்களைச் செய்பவர்கள் என்றார். வன்முறை, ரத்த களரி, உள்நாட்டு போர் பயங்கரம் போன்றவை தவிர்க்க இயலாதவை என்றும் சொன்னார்.

மார்க்ஸ், ஏங்கல்ஸ் இவர்களின் வர்க்கப் போர், பாட்டாளிவர்க்க சர்வாதிகாரம் இவற்றை கொள்கையாகக் கொண்டவை கம்யூனிஸ்ட் கட்சிகள் என்று விரிவாக முழக்கமிட்டார். இவர்கள் முதலாளிகள் மீது போர் தொடுப்பவர்கள் என்று சாடினார்.

மாஸ்கோவுக்கும் பல்வேறு முன்னணி ஸ்தாபனங்களுக்கும் இடையிலான உறவை பிராசிக்யூசன் தரப்பு சுட்டிக்காட்டியது. தொழிலாளர் சங்கங்களின் சிவப்பு அகிலம், தேசிய சிறுபான்மையோர் இயக்கம், ஏகாதிபத்திய எதிர்ப்பு சங்கம் போன்ற முன்னணி ஸ்தாபனங்கள் இந்தியாவில் கம்யூனிசத்தை பரப்ப முயல்வதாகக் குற்றம் சாட்டியது.

கம்யூனிஸ்ட் அல்லாத நாடுகளில் கோமின்டார்ன்கள் மேற்கொள்ளும் சதி நடவடிக்கைகளை வற்புறுத்திக் கூறிய அவர் ரஷ்யாவில் கம்யூனிஸ்ட்கள் தங்கள் மக்களை அடக்கி வருவதாகவும் இந்திய சமூக அமைப்பை, குறிப்பாக தேசீய பூர்ஷ்வாக்களை ஒழித்துக்கட்ட வரிந்து கட்டிக் கொண்டு செயல்படுவதாகவும் வலியுறுத்திக் கூறினார்.

எதிர்தரப்பு வாதத்தில் இந்திய கம்யூனிஸ்ட் கட்சி எதுவும் கம்யூனிஸ்ட் அகிலத்தில் உறுப்பினராயில்லை என்பதால் கோமின்டார்னின் அங்கம் அல்ல என்று கூறப்படலாம் என்பதை எதிர்நோக்கிய ஜேம்ஸ் மூன்றாம் அகிலத்தின் வழிகாட்டுதலின்படி செயல்படும் இந்த சதிகாரர்களைத் தண்டிக்க வேண்டும் என்றார்.

குற்றச் சாட்டுக்கள்:

“குற்றம் சாட்டப்பட்டவர்கள் கம்யூனிச புத்தகங்களில் காணப்படும் செயல் திட்டத்தினை உண்மையாக செயல்படுத்துகின்றனர். ஸ்பாரட் பம்பாயில் தொழிலாளர் விவசாயிகள் கட்சியை நிறுவ உதவினார். பின்னர் இக்கட்சி மற்ற பிரதேசங்களிலும் பரவியது. பம்பாயிலும் கல்கத்தாவிலும் நடைபெற்ற வேலை நிறுத்தங்களை குற்றம் சாட்டப்பட்டிருக்கும் இவர்கள்

தான் நடத்தினர். அது குறித்து இவர்கள் பெருமிதம் கொண்டுள்ளனர். தொழிற்சங்கங்களைக் கைப்பற்றுவதில் 1927லும் 28லும் இவர்கள் முயன்றனர். மாஸ்கோ கும்பலுடன் நெருக்கமாக உள்ளனர். இவர்கள் நடத்தும் பத்திரிகைகள் கம்யூனிச சித்தாந்தத்தை ஓயாமல் போதிக்கின்றன. இவர்களது செயல்பாடுகள் இளைஞர் அமைப்புகள் மூலம் இளைஞர்கள் மனதில் நஞ்சை பரப்புகின்றன. வர்க்கப்போராட்டம், பாட்டாளி வர்க்க சர்வாதிகாரம் இவற்றை சாதிக்கும்படி மறியல் போராட்டங்களில் பேசுகின்றனர். அத்தகைய போராட்டங் களை நடத்துகின்றனர்.

இந்திய அரசிடம் வாதிடுவதற்காக மாதம் ரூ.34,000 பெற்ற லாங் போர்ட் ஜேம்ஸ் தனது வாதத்தை முடிக்க பத்து நாட்களாயிற்று. இதனையே பிரிட்டிஷ் தொழிற்சங்க தலைவரான வால்டர் சிட்ரின் பொதுக்கூட்டத்தில் பேசுவதைப் போல் பிராசிக்யூசன் தரப்பு நீண்ட பிரசங்கம் நிகழ்த்தியதாக கிண்டல் செய்தார்.

எதிர்வாதம்:

பிரபல இந்திய வழக்கறிஞர்கள் குற்றவாளிகள் சார்பில் ஆஜராயினர். கே. எப். நரிமன், டி.பி. சின்ஹா, எம்.சி. சாக்லா, சி.பி. குப்தா , கே.சி. சக்ரவர்த்தி போன்றோர்.

சட்டத்திற்கு புறம்பான காரியங்களில் ஈடுபடாதிருந்த போதிலும் தாங்கள் ஏற்றுக் கொண்டுள்ள கொள்கைகள், எண்ணங்கள், நம்பிக்கைகள் காரணமாகவே ஒரு குழு குற்றவாளிகளாக்கி விசாரிக்கப்படுவது இதுவே முதல் முறை என்றார் டி.பி. சின் ஹா.

கே.சி. சக்கரவர்த்தி தன் வாதத்தில் பிராசிக்யூசன் 32 குற்றவாளிகளுடன் சோவியத் அரசாங்கத்தையும் சேர்த்து விசாரிப்பதாக எனக்குத் தோன்றுவதாகக் குறிப்பிட்டார். நகராட்சி வழக்கு மன்றத்திற்கு இணையான மீரட் மாவட்ட நீதிமன்றம் இவ்வழக்கை விசாரிப்பது வேடிக்கையானது என்றார்.

வழக்கை தாக்கல் செய்து முடித்தபின் குற்றம் சாட்டப் பட்டோர் அனைவருமே தாங்கள் குற்றமற்றவர்கள் என முறையிட்டனர். வழக்கு தாக்கல் செய்யப்பட்டபோது 320 சாட்சிகள் விசாரிக்கப்பட்டனர். 12,500 தஸ்தாவேஜ்கள் அளிக்கப்பட்டன (அச்சில் 7000 பக்கங்கள்). சாட்சிகள் குறுக்கு விசாரணை செய்யப்படவில்லை. எதிர்வாதம் செய்தவர்கள் வாக்குமூலம் தரவோ தங்களுக்காக சாட்சியம் தருவதையோ செய்யவில்லை. மூவரைத் தவிர அனைவரும் சட்டப்படி தங்களுக்கிருக்கும் உரிமையை பயன்படுத்தவில்லை . டாக்டர் தரம் வீர் சிங், தான் ஒருபோதும் கம்யூனிஸ்டாயிருந்ததில்லை என்றும் தான் காந்தியைப் பின்பற்றுபவர் என்றும் கம்யூனிஸ்ட் களுக்கு எதிரானவர் என்றும் கூறினார். ஆல்வேயும், ஜாப்வாலாவும் தாங்கள் கம்யூனிஸ்ட் அல்ல என்றும் தொழிலாளர்களின் நிலையை உயர்த்துவது தொழிலாளர் விவசாயிகள் கட்சியின் நோக்கமாக இருந்ததால் தாங்கள் அக்கட்சியில் சேர்ந்ததாகக் கூறினார். ஆல்வே தன்னை விவசாயி என்றும் தொழிலாளி என்றும் அழைத்துக் கொண்டார். ஜாப்வாலா தான் ஒரு மனிதாபிமானமிக்க பார்ஸி வகுப்பினன் என்றார்.

ஆரம்ப விசாரணை ஏழு மாதங்களுக்குப்பின் 1929 டிசம்பர் 15ல் முடிவடைந்தது. டாக்டர் தரம்வீர் சிங் நீங்கலாக 31 பேரை மீரட் சிறப்பு செசன்ஸ் கோர்ட் விசாரித்தது.

வழக்கை மாற்றக் கோருதல் :

குற்றம் சாட்டப்பட்டவர்கள் தங்கள் வழக்கு பிராந்திய தலைநகருக்கு மாற்றப்பட வேண்டும் என்றும் ஜுரிகளால் தாங்கள் விசாரிக்கப்படவேண்டும் எனவும் கோரி 1929 ஜுலை 16 லேயே அலகாபாத் தலைமை நீதிபதியிடம் செய்த மனு தள்ளுபடி செய்யப்பட்டது. வழக்கப்படிதான் விசாரணை நடைபெற்று வருவதாகவும் இதில் குற்றவாளிகளுக்கு வசதிக் குறைவு ஏதுமில்லை அவர்கள் மீரட்டிலேயே நிம்மதியாக தங்கி விடலாம் என்றார் தலைமை நீதிபதி.

மீண்டும் 1930 ஜனவரி 24ல் 31 குற்றவாளிகளின் சார்பில் தேஜ்பகதூர் சாப்ரூ அலகாபாத் தலைமை நீதிபதியிடம் மனு செய்தார். மனுதள்ளுபடி செய்யப்பட்டது. ஜுரியால் இவ்வழக்கை திறம்பட விசாரித்து சட்ட ரீதியில் முடிவை மேற்கொள்ள முடியாது. நிறைய தஸ்தாவேஜ்களைப் படித்து புரிந்து கொள்ள வேண்டியுள்ளதால் இது மிகவும் சிரமமானது. இம்மாதிரியான விஷயத்தில் நியாயமான முடிவை மேற்கொள்ளக்கூடிய ஒரே மனிதர் ஒரு தனி நீதிபதிதான் என்றார்.

விசாரணை:

இரண்டாம் கட்ட விசாரணை நீதிபதி ஆர். எல். யார்க் முன்னிலையில் நடைபெற்றது. ஜனவரி 31,1930ல் விசாரணை தொடங்கியது. பிராசிகியூசன் 281 சாட்சிகளுடனும் 2600 தஸ்தாவேஜ்களுடனும் மார்ச் 17,1931ல் முடித்துக்கொண்டது. சிறப்பு பிராசிகியூட்டர் எம். ஐ. கெம்ப் இரண்டு மாதங்களுக்கு நீண்ட தனது இறுதி வாதத்தை முன் வைத்தார். ஜுன் 16,1932ல் விசாரணை முடிந்தது. விசாரணை முடிவுபெரும்பாலான கம்யூனிஸ்ட்கள் குற்றவாளிகள், கம்யூனிஸ்ட் அல்லாதவர்கள் குற்றமற்றவர்கள் என்பதே.

தண்டனை

ஐந்துமாத இடைவெளிக்குப்பின் ஜனவரி 17,19,1933ல் செசன்ஸ் நீதிபதி ஆர். எல். யார்க் தீர்ப்பு வழங்கினார்.

கம்யூனிஸ்ட் மற்றும் தொழிலாளர்விவசாயிகள் கட்சிகளைச் சேராத வங்காள தொழிற்சங்க வாதிகளான சிபநாத் பானர்ஜி, கிஷோரி- லால் கோஷ், பி. என். முகர்ஜி ஆகியோர் விடுதலை செய்யப்பட்டனர்.

டி.ஆர்.தெங்கடி என்ற தொழிலாளர் விவசாயிகள் கட்சியின் பம்பாய் தலைவர் விசாரணையின் போதே மரணமடைந்தார்.

எஞ்சிய 27 பேரும் கடுமையாக தண்டிக்கப்பட்டனர்.

தண்டனை பின்வருமாறு:

டாங்கே, காட்டே, ஜோக்லகர், நிம்பார், ஸ்பாரட் - 12 ஆண்டுகள் நாடுகடத்தல்

ப்ராட்லி, மிராஜ்கா, சௌகாத் உஸ்மானி - 10 ஆண்டுகள்.

அயோத்யா பிரசாம், டாக்டர் அதிகாரி, பி. சி. ஜோஷி, எம். ஜி. தேசாய் 5 ஆண்டுகள்.

சம்சுல்குடா, சூல்வேத காஸ்லே, கௌரிசங்கர், கதம் - 3 ஆண்டுகள். கோபிந்திர சக்ரவர்த்தி, கோபல் பசக், லெஸ்டர், ஹுட்சிசன் மித்ரா, ஜாப்வாலா, செகல் - 4 ஆண்டுகள்.

இந்தியாவிலும் வெளிநாடுகளின் இத்தீர்ப்பு கடுமையான விமர்சனத்துக்கு உள்ளாயிற்று.

மேன் முறையீடு:

அலகாபாத் உயர்நீதி மன்றத்தில் தண்டனை பெற்ற அனைவருமே மேன் முறையீடு செய்தனர். ஜுலை 24, 1933லிருந்து எட்டு நாட்களில் தலைமை நீதிபதி டாக்டர் சுலைமான், நீதிபதி டக்ளஸ் யங்டக் தீர்ப்பினை அளித்தனர். மாஜிஸ்டிரேட், செசன்ஸ் கோர்ட்டுகளில் நான்கரை ஆண்டுகள் விசாரணை நடந்தது. ஆனால் இப்போது துரிதமாக விசாரணை நடத்தப் பட்டதற்கும் காரணம் உண்டு. லண்டனிலுள்ள இந்திய செயலாளர் வைசிராய்க்கு அனுப்பிய தந்தி. (நேரடிப் பார்வைக்கு - தனிப்பட்ட தந்தி உள் நாட்டுத்துறை எண். 444, 18.2.33)

“மீரட் வழக்கில் விதிக்கப்பட்டுள்ள சில கடுமையான தண்டணைகள் எனக்கு மனக்கவலை தருகின்றன. இவ்விஷயமாக இங்கு பல வட்டாரங்களில் பொதுவானதோர் அதிருப்தி ஏற்பட்டுள்ளதை நான் உங்களுக்குத் தெரிவிப்பது முறையாகும். வழக்கு அப்பீலில் இருக்கையில் இவ்விஷயமாக அரசு நடவடிக்கை எடுப்பது சிரமம் என்பதை நான் உணர்கிறேன். ஆனால் அப்பீல் விசாரணையில் மேலும் தாமதம் ஏற்பட்டு, வழக்கு மன்றத்தில் தீர்வு காண்பதற்குள் மேலும் ஆறுமாதமானால்

இங்கு என் சிரமங்கள் தளர்வு பெறமாட்டா. நிலைமையின் கஷ்டம் உங்களுக்குத் தெரியும். உங்கள் கருத்தை அறிய மகிழ்வேன்".

விசாரணை வசதிக்காக 27 பேரையும் நான்கு பிரிவுகளாக தீர்ப்புப் பிரித்தது.

இந்திய கம்யூனிஸ்ட் கட்சி உறுப்பினர்கள்.

பிரிட்டிஷ் கம்யூனிஸ்ட் கட்சி உறுப்பினர்கள்.

இந்திய கம்யூனிஸ்ட் கட்சி உறுப்பினரல்லாத, ஆனால் கம்யூனிச சித்தாந்தத்தை ஏற்றுக் கொண்டவர்கள்.

கம்யூனிஸ்ட் கட்சியை சேர்ந்தவர்கள் என்றோ சதி செய்தோம் என்றோ ஒப்புக்கொள்ளாத தொழிலாளர் விவசாயிகள் கட்சி, தொழிற்சங்கம் அல்லது காங்கிரஸ் கட்சி இவற்றைச் சேர்ந்த அரசியல் ஊழியர்கள்.

ஹுட்சிசன் மற்றும் எட்டுப்பேர் விடுதலை செய்யப் பட்டனர். மற்ற அனைவரின் மீதான தண்டணை குறைக்கப் பட்டது. ஏற்கனவே அனுபவித்திருந்த நான்கரை ஆண்டு தண்டனை கணக்கில் எடுத்துக் கொள்ளப்பட்டது. அதன் பேரில் ஜோஷி, பசக், பிரசாத், அதிகாரி ஆகியோர் விடுதலை செய்யப்பட்டனர். ப்ராட்லி மற்றும் ஒன்பது பேர் ஓராண்டு தண்டிக்கப்பட்டனர். சக்கரவர்த்திக்கு 7 மாதம். 1933ம் ஆண்டு இறுதிக்குள் முஸபார் அகமது, டாங்கே, ஸ்பாரட், உஸ்மானி தவிர அனைவரும் விடுதலையாயினர்.

சில வாக்கு மூலங்கள்: ராதாராமன் மித்ரா:

"அரசியல் ரீதியாகவும் வரலாற்று ரீதியாகவும் இவ்வழக்கு முக்கியத்துவம் வாய்ந்த ஒன்றாகும். சாதாரணமாக போலீசார் 31 குற்றவாளிகளுக்கெதிராக தொடுக்கும் வாடிக்கையான ஒன்றல்ல இது. வர்க்கப் போராட்டத்தின் ஓர் அங்கமே இவ்வழக்கு. அரசியல் சித்தாந்தம் ஒன்றுக்கு எதிராகவே இது தனது அரசாங்கத்தை தூக்கி எறியப் போகிற நிஜமான எதிரியை ஒழித்துக்கட்ட இந்தியாவிலுள்ள பிரிட்டிஷ் ஆட்சி எடுத்த நடவடிக்கை."

கோஸ்வாமி:

"மன்னரை தூக்கியெறிய சதி செய்ததாக என்மீது குற்றம் சாட்டப்பட்டுள்ளது. நான் அப்படி ஒன்றும் சதி செய்யவில்லை என மறுக்கிறேன். கம்யூனிஸ்டுகள் தனி நபருக்கெதிராக சதி செய்வதில்லை. தொழிலாளர் வர்க்கத்தில் முற்போக்குப் பிரிவினரான கம்யூனிஸ்டுகள் பாட்டாளி மக்கள் திரளின் இயக்கம், போக்கு, அதன் முடிவுகள் சமுதாயத்தில் வர்க்கப் போராட்டத்தின் சாத்திய கூறுகள் இவற்றை ஆராயாமல் எதுவும் செய்வதில்லை.

என்னுடைய கருத்துக்கள், நோக்கங்கள் இந்திய முதலாளித்துவத்தின் சுரண்டலை அகற்றி அவதிப்படும் பல்லாயிரக்கணக்கான மக்களை பாதுகாத்து உயர்வடைய செய்வது என்கிறதாக இருப்பது குற்றம் என்று இந்நீதிமன்றம் தீர்மானிக்கும் எனில் நான் குற்றவாளி தான் என்பதை மறுக்கவில்லை."

கோபன் சக்ரவர்த்தி :

"முதலாளித்துவத்தின் சுரண்டலிலிருந்தும் அடக்குமுறை களிலிருந்தும் தொழிலாளர்வர்க்கம் விடுதலை பெறப்பாடு படுவது என் நோக்கம். மிகவும் பலவீனமாகவும் வளர்ச்சி குன்றியும் உள்ள தொழிற்சங்க இயக்கத்திற்கு வலுவூட்டுவது என் தலையாய பணியாகும்.

தொழிலாளர்கள் ஒரு வர்க்கப் பிரிவினராக ஒன்று சேர்ப்பதே தொழிற்சங்கத்தின் முக்கிய கொள்கையாகும். முதலாளி வர்க்கத்திற்கு எதிரானதாகத் தோன்றும் தொழிலாளர்களின் பொருளாதார வர்க்க நலன்களை பாதுகாக்கும் தொழிற்சங்கமே சரியான ஒன்றாகும்.

கோபால் பசக்:

"இளைஞர்கள் மத்தியில் வேலை செய்ததாக என்மீது குற்றம் சாட்டப்பட்டுள்ளது. ஆம்! உண்மை தான். இந்தியா விலுள்ள ஒவ்வொரு இளைஞனும் விரும்புவதைப் போல்

நானும் இந்தியா சுதந்திரமடைவதை விரும்புகிறேன். அதற்கான எனது பணி ஒரு குற்றமாக இருக்க முடியாது.

இந்திய இளைஞர்கள் மகிழ்ச்சியாக வாழ விரும்பினால் இரண்டு காரியம் நடந்தாக வேண்டும். ஒன்று, நாடு விடுதலை பெறவேண்டும். இரண்டு, சோசலிச சமுதாயம் மலரவேண்டும்."

டாக்டர் அதிகாரி :

"வழக்கின் தன்மையே தனி நபர் யாரையும் பாதுகாக்கும் விதமாய் அமையவில்லை. பிராசிகியூசன் தரப்பு கம்யூனிசத்தையும் கம்யூனிஸ்டுகளையும், கம்யூனிஸ்ட் அகிலத்தையும் வசைமாறி பொழிந்து தள்ளியிருக்கிறது. இதிலிருந்து கட்சியையும் கொள்கையையும், அதன் நியாயத்தையும், கம்யூனிஸ்ட் அகிலத்துடன் நாங்கள் இணைவதையும் வாதாடி நிலைநாட்ட வேண்டியுள்ளது. அவர்கள் நாங்கள் அரசுக்கு எதிராக மட்டும் குற்றம் செய்யவில்லை - சமூகத்திற்கெதிராகக் குற்றம் செய்ததாக கூறி உள்ளனர்.

யார் சமூகக் குற்றவாளி?

ரத்த வெறிபிடித்த ஏகாதிபத்தியமா அல்லது நாங்களா- துணைக்கண்டம் முழுவதும் வெடிமருந்துகளையும் கத்தி களையும் தூக்கிக் கொண்டு ரத்தக் களரியை ஏற்படுத்தி பயங்கரவாதத்தை நிலை நாட்டி காலனியாட்சியை நிறுவத் துடிப்பது யார்? எண்ணற்ற பாட்டாளி மக்களை கோரமான வறுமை நிலைக்கு தள்ளி விட்டது யார்? கேவலமான அடிமைகளாக அவர்களை மாற்றியது யார்? கும்பல் கும்பலாக மக்களைக் கொன்று தீர்த்தது யார்?

உலகெங்கும் உள்ள உழைக்கும் மக்களின் புரட்சிகர சக்தியை ஒன்று திரட்டி கொடுமையான அடக்குமுறை, இரக்கமற்ற சுரண்டல் இவற்றை தவிடுபொடியாக்கி மனித சமூகத்தையும் அதன் பண்பாட்டையும் காப்பாற்றும் விதமாய் புதிய சமூக அமைப்பை நிறுவ முனையும் கம்யூனிஸ்ட்களா குற்றவாளி?.

சமூகக் குற்றவாளிகளின் அதிகாரப் பூர்வமான பிரதிநிதிகள் அதோ பிராசிகியூசன் தரப்பில் அமர்ந்திருக்கிறார்கள்".

ரஜ்னி பாமிதத் எழுதுகிறார்:

புகழ்மிக்க வரலாற்றாசிரியரான ரஜ்னிபாமிதத் குறிப்பிடுகிறார். இந்திய வரலாற்றிலேயே மிக நெருக்கமான தொரு கால கட்டத்தில் தொழிலாளர் வர்க்கத்தின் சிறப்பான தலைவர்கள் இவ்வழக்கில் சிறை சென்றது பிரிட்டாஷாருக்கு சாதகமான ஒன்றாகும்.

பீனல்கோட் 121ஏ இவ்வாறு சொல்கிறது,

"பிரிட்டிஷ் இந்தியாவுக்கு உள்ளே இருப்பவர்களோ அல்லது வெளியில் இருப்பவர்களோ 121ம் பிரிவின்கீழ் தண்டிக்கத் தக்கக் குற்றங்களில் எதையாவது செய்ய சதிசெய்தாலும் அல்லது பிரிட்டிஷ் இந்திய ஆட்சியை அல்லது அதன் ஒரு பகுதியை மன்னரிடமிருந்து கவர சதி செய்தாலோ அல்லது இந்திய அரசையோ உள்ளூர் அரசையோ வன்முறை மூலம் கவிழ்க்க சதி செய்தாலோ ஆயுட் காலத்திற்கு அல்லது அதைவிட குறைவான காலத்திற்கு நாடு கடத்தப்படும் தண்டணையோ அல்லது பத்தாண்டுகள் நீடிக்கப்படக் கூடிய இரண்டிலொரு வகைக் காவல் தண்டனையோ விதிக்கப்படும்."

குற்றத்தை நிரூபிக்க யாதொரு செயலையும் காட்ட முடியவில்லை என்பதை உயர் நீதி மன்றம் ஒப்புக் கொண்டது.

"1928ம் ஆண்டு வேலை நிறுத்தத்தில் பம்பாய் தொழிலாளர்கள் மீது இவர்களுக்கு உள்ள செல்வாக்கு தெரிய வந்தது. கிர்னி கம்கார் சங்கத்தின் புரட்சிக் கொள்கை இன்னும் ஆழ்ந்த கவலை தருவனவாக இருக்கலாம்," என்பதாக விசாரணையின் முக்கிய நோக்கம் நீதிபதியின் தொகுப்புரையில் அம்பலமாகியது.

பிரிட்டனின் தொழிலாளர் வரலாற்றில் புகழ்பெற்ற டார்செஸ்டர் வழக்கைப் போலவே மீரட் சதி வழக்கும் தொழிலாளர் இயக்கத்தை ஒடுக்கவே நடத்தப்பட்டது. இதில்

கேவலமான விஷயம் என்னவெனில் மீரட் சதி வழக்கு நடைபெற்ற போது பிரிட்டனில் தொழிலாளர் கட்சி ஆட்சியில் இருந்ததுதான். விசாரணையின் சிறப்பம்சங்கள்:

வரலாற்றிலேயே மிக நீண்ட, மிக விரிவான அரசாங்க விசாரணை. மூன்று ஆங்கிலேயர்களும் இவ்வழக்கில் குற்றவாளிகள் 'இந்திய பாட்டாளிகளோடு சேர்ந்து ஆங்கிலேயப் பாட்டாளி மக்களின் பிரதிநிதிகளாய் அவர்களும் சிறை புகுந்தது சிறப்பான காட்சியாகும்.

இவ்வழக்கு நடைபெற்றபோது பிரிட்டனில் தொழிலாளர் கட்சி ஆட்சியில் இருந்தது. ஆனால் ஆட்சியை விட்டு இறங்கிய பின் 1933ல் தொழிற்சங்க காங்கிரசும் தொழிலாளர் கட்சியும் இணைந்து கூட்டுக் குழுவின் பிரசுரம் இவ்வாறு சொன்னது. "தொடக்கம் முதல் இறுதி வரை நடவடிக்கைகள் முழுவதுமே வாதத்துக்கு நிற்காதவை. நீதி நிர்வாகத்தை அவதூறு செய்பவை."

1927 லிருந்து 1933 வரை இவ்வழக்கு நடைபெற்றது. ஆரம்ப விசாரணை 7 மாதங்கள் நடைபெற்றது. செசன்ஸ் நீதிமன்றம் அரசு தரப்பு சாட்சிகளை பதிவு செய்யவே 13 மாதங்களுக்கு மேலாகியது. குற்றவாளிகளின் வாக்கு மூலங்களைப் பதிவு செய்ய 10 மாதங்களுக்கு மேலாகியது. எதிர் தரப்பு சாட்சியங்கள் முடிக்க 2 மாதம் ஆனது. எதிர்வாதம் நாலரை மாதத்திற்கு மேலாகியது. அதன்பின் தீர்ப்பு சொல்ல 5 மாதத்திற்கும் மேலாகியது.

பிராசிகியூசன் அளித்த தஸ்தாவேஜ்கள் 4859 பக்கங்கள் கொண்டவை. எதிர்தரப்பு அளித்தவையோ 1406 பக்கங்கள். குற்றவாளிகளின் பல்வேறு பிரசங்கங்களை 582 பக்கங்களில் அரசு தரப்பு அளித்தது. 281 அரசு தரப்பு சாட்சிகள் அளித்த சாட்சியங்கள் 900 பக்கங்களுக்கும் அதிகம்.

◆◆◆

காஷ்மீர் சிங்கம்

ஷேக் அப்துல்லாவின் விசாரணை ஜுலை 1946-ல் நடை பெற்றது. மகாத்மா காந்தி விசாரணைக்கோ திலகரின் விசாரணைக்கோ எந்தவிதத்திலும் சளைத்தது அல்ல இது. பிரிட்டிஷ் ஆட்சியை விரட்டி யடிக்க போராடிய ஷேக்கின் விசாரணை மிகவும் குறிப்பிடத்தக்கதாகும்.

"காஷ்மீர் மக்களின் விடுதலை வேட்கையை பிரதிபலிக்கும் அசாதாரணமான, வாழும் உதாரணமாக, கம்பீரமாக நிற்கிறார் ஷேக் அப்துல்லா. அவர் மீதான விசாரணை தனிப்பட்ட அவரை விசாரிப்பதாகாது. மாபெரும் மக்கள் இயக்கமே விசாரணைக்கு உட்பட்டு நிற்கிறது என்பதே உண்மை," என்றார் பண்டிட்ஜி.

காஷ்மீர சிங்கம் ஷேக் அப்துல்லா

1942-ல் காங்கிரஸ் கட்சி 'வெள்ளையனே வெளியேறு' என அறை கூவியது. பிரிட்டிஷ் இந்தியாவில் மட்டுமின்றி மன்னராட்சி நடைபெற்ற மாகாணங்களிலும் இதன் எதிரொலி பலமாகக் கேட்டது. இந்திய துணைக்கண்டம் முழுவதுமே பலத்த எதிர்ப்பலை வீசியது.

மன்னராட்சி மாகாணங்களில் காங்கிரஸ் அல்லாத மக்கள் இயக்கங்கள் முன்னணியில் நின்றன. பிரஜாமண்டல், மாநாட்டுக் கட்சி போன்றவையே அவை. காஷ்மீரத்தில் ஷேக் அப்துல்லாவின் தேசிய மாநாட்டுக்கட்சி மகத்தான விடுதலைப் போராட்டத்தை முன்னின்று நடத்தியது.

காஷ்மீரின் வரலாறு விசித்திரமானது.

'அமிர்தசரஸ் உடன்படிக்கை' என்ற விநோதமான ஒன்று காஷ்மீரத்து மக்களின் தலையெழுத்தை மாற்றியிருந்தது. மகாராஜா குலாப்சிங் என்பவர் காஷ்மீரத்தை ரூபாய் ஐம்பது லட்சங்களுக்கு பிரிட்டிஷாரிடம் விற்றிருந்தார்.

இரண்டாம் உலகப் போரின் இறுதியில் 1946-ல் இந்தியா வந்த பேதிக்-லாரன்ஸ் மந்திரிசபை தூதுக்குழு முன்னிலையில் ஷேக் அப்துல்லா காஷ்மீர மக்களின் விடுதலை வேட்கையை வலிமையான தர்க்கரீதியான வார்த்தைகளில் முன் வைத்தார்.

"அமிர்தசரஸ் உடன்படிக்கை அர்த்தமற்றது. பிரிட்டிஷார் தங்களின் ஆட்சியை விலக்கிக் கொள்ளும்படி கோர காஷ்மீர மக்கள் அனைத்து உரிமைகளையும் பெற்றவர்கள். 1846 வருடத்திய இந்த உடன்படிக்கை நான்கு மில்லியன் காஷ்மீர் மக்களின் தலையெழுத்தைத் தீர்மானிப்பது சரியல்ல."

காந்தி, பண்டிட்ஜியின் நெருக்கமான நண்பரான ஷேக் அப்துல்லா 'காஷ்மீரத்தை விட்டு வெளியேறு' என்ற கோஷத்தை முன் வைத்து மக்களை அணிதிரட்டினார். பல்வேறு இடங்களில் உணர்ச்சி மிக்க சொற்பொழிவுகள் பல ஆற்றினார். மகாராஜா ஹரிசிங் கூதாரிப்படைந்தார். அவரது பிரதம மந்திரியும் மந்திரிசபை சகாக்களும் பெருகி வரும் மக்கள் ஆதரவு கண்டு கலக்க

மடைந்தனர். ரஞ்சித் பீனல்கோடு 124-ஏயின்படி, ஷேக் அப்துல்லா கைதானார். இச்சட்டம் தேசத் துரோகத்தைக் குறிக்கிற இந்திய பீனல்கோட் 124-ஏக்கு இணையானது.

இந்திய மக்களனைவரும் ஒருமித்த குரலில் ஷேக் அப்துல்லாவுக்கு ஆதரவு தந்தனர். பண்டிட் ஜவஹர்லால் நேரு தார்மீக ரீதியான சட்ட ரீதியான உதவியை தாராளமாக நீட்டினார்.

ஸ்ரீ நகர் செசன்ஸ் நீதிபதி லாலா பர்கட்ராய் முன்பு ஜுலை 1946-ல் வழக்கு விசாரணைக்கு வந்தது. பண்டிட் மதுசூதன்காக் அரசு தரப்பில் ஆஜரானார். ஆஷாப்அலி அவருக்கு உதவியாக ஜியா லால் கிலாமும் இன்னும் சிலரும் ஷேக் அப்துல்லா தரப்புக்கு உதவினர்.

ஷேக் அப்துல்லா உருது, காஷ்மீரி மொழிகளில் சொற்பொழி வாற்றியிருந்தார். ரகசிய போலீசாரின் சொற்பொழிவு, மொழி பெயர்ப்புகளை அரசு தரப்பு சார்ந்திருந்தது. தேசதுரோக குற்றம் சாட்டி அவரை வாயடைக்க முயன்றது எங்ஙனம் என்பது குற்றசாட்டுகளிலிருந்து புலனாகும்.

புகார்:

வெறுப்பையும் துவேசத்தையும் வளர்க்க, குற்றம் சாட்டப்பட்டுள்ளவர் முயன்றிருக்கிறார். மகாராஜாவும் ஜம்மு காஷ்மீர் அரசாங்கமும் சட்டத்தால் ஸ்தாபிக்கப்பட்டவை. அரசை எதிர்த்து தேசிய மாநாட்டுக் கட்சி ஸ்ரீ நகரிலும் புற நகர் பகுதிகளிலும் பல பொதுக் கூட்டங்களை நடத்தியது. அவை 1946 மே 9, 10, 13, 14, 16 தேதிகளில் நடத்தப்பட்டன. தேச துரோகமான சொற்பொழிவுகளை குற்றம் சாட்டப்பட்டிருப்பவர் மேற்குறிப்பிட்ட பொதுக் கூட்டங்களில் ஆற்றியிருக்கிறார்.

சொற்பொழிவுகள்:

10, 13 தேதிகளில் ஆற்றப்பட்ட சொற்பொழிவுகள் குறிப்பிடத்தக்கவை:

"இந்தியாவின் மூன்று பகுதிகள் பிரிட்டிஷாரின் நேரடிக் கட்டுப்பாட்டில் உள்ளன. மற்றொரு பகுதி மறைமுக கட்டுப்பாட்டில் உள்ளது. இந்த பகுதிகளில் பத்துகோடி மனிதர்கள் அடிமை வாழ்வு வாழ்கிறார்கள். காஷ்மீரமும் துரதிருஷ்டவசமான அத்தகைய இடமே. நாற்பது லட்சம் பேர் தோக்ரா குடும்பத்தின் துயர ஆட்சிக்கு உள்ளாகி இருக்கிறார்கள். ஒவ்வொருவருக்கும் சுதந்திர வாழ்வு வாழ உரிமை உள்ளது. எப்படி காஷ்மீர் மக்கள் மட்டும் அடிமை வாழ்வு வாழ முடியும்."

"இந்த மண் ஓர் அற்பத்தொகைக்கு பறங்கியன் ஒருவனுக்கு விற்கப்பட்டிருக்கிறது. நாம் ஒன்று செய்வோம்; நிதி திரட்டுவோம். கொடுத்து விட்டு அவனிடம் சொல்வோம். ஊரைவிட்டு காலி பண்ணி அடுத்து ஊர் போ என்று."

"அந்த விற்பனைப் பத்திரம் நம் மக்களின் வாழ்வை பாழ்படுத்தி விட்டது. அந்த பத்திரத்தை கிழித்தெறிந்து விட்டு வெளியேறு என்று கூறித் துரத்துவோம். விடுதலை பெறுவது நமது உரிமை."

"மகாராஜாவின் வாரிசுகளுக்கு இந்நாட்டின் மீது எவ்வித உரிமையுமில்லை. ஒரு மொத்த வியாபாரி சில்லறை வியாபாரிகளிடம் விற்ற கதையாக இருக்கிறது."

"உங்களது இயக்கம் ஒரு நோக்கம் குறித்து திருப்பப்பட வேண்டும். தோக்ரா சகாப்தத்திற்கு முற்றுப் புள்ளி வைப்பது உங்களின் கடமையாகும். உயிரைத் துறந்தேனும் சொத்துக்களை துறந்தேனும் அதனை சாதிப்பது உடனடிக் கடமையாகும். ஒவ்வொருவரையும் இப்போராட்டத்தில் ஈடுபடுத்திய தாக வேண்டும்."

14-ம் தேதி தொடர்ந்து இதே ரீதியில் பேசினார்.

"எனது குரலை அடக்க பல்வேறு முயற்சிகள் நடக்கின்றன. நான் மகாராஜா ஹர்சிங்கிடம் மிகுந்த மரியாதையோடு சொன்னேன். உங்களது சொகுசு வாழ்க்கைக்கு கோடிக்கணக்கான

ரூபாய்களை வீணடிப்பதை நிறுத்தி விட்டு, ஏழை மக்களின் வாழ்க்கையை மேம்படுத்த முயற்சி செய்யுங்கள் என்று. நான் இப்படி சொல்லிக்கொண்டிருப்பதால் அடக்குமுறை அதிகரித்துக் கொண்டே செல்கிறது."

"நாற்பது லட்சம் மக்களாகிய நம்மையும் நமது சொத்துக் களையும் ஐம்பது லட்ச ரூபாய்க்கு விற்றிருக்கிறார்கள். நமக்கு நேர்ந்தது மிருகங்கள் விஷயத்தில் நடப்பதைப் போன்றதாகும். கட்டாயப்படுத்தப்பட்டு நம் மக்கள் வேலை வாங்கப்படுகிறார்கள். உணவின்றிச் சாகிறார்கள். இதிலிருந்து தப்பிக்க மக்கள் இந்நாட்டை விட்டு ஓடிப்போவதைத் தவிர வேறு வழியில்லை."

"தேசீய மா நாட்டுக் கட்சியின் செயல் திட்டமே தோக்ரா ஆட்சிக்கு முடிவு கட்டுவது தான். இந்த நாட்டின் அரசாங்கம் மக்களிடம் ஒப்படைக்கப்பட வேண்டும்."

மே 16-ம் தேதி கீழ்க்கண்டவாறு பேசினர்.

"இம்மா நிலத்தின் இந்துக்களும் முஸ்லீம்களும் சீக்கியர்களும் என்ன விரும்புகிறார்கள்? அடிமை வாழ்விலிருந்து விடு தலை கோருகிறார்கள். மகாராஜாவின் ஆடம்பர சுகபோக வாழ்வின் செலவினங்களுக்கு இம்மக்கள் பலிகடா ஆக முடியாது. ஒரு மனிதரின் ஆடம்பரத்திற்கு நாற்பது லட்சம் பேர் பலியாகிறார்கள்."

"இந்த மகாராஜாவை மத ரீதியில் ஆதரிக்கிற சில இந்துக் களிடம் சொல்கிறேன். இந்த அரசு ஒரு கேவலமான தஸ்தாவேஜின் அடிப்படையில் அமைக்கப்பட்டிருக்கிறது என்பதை நீங்கள் புரிந்து கொள்ள வேண்டும். இந்த அவமானகரமான விற்பனைக்காக மகாராஜாவின் வாரிசுகளிடம் பழி வாங்குவேன்."

"எந்த பலாத்காரமும் சதியும் இம்மக்களை அடிமை வாழ்வில் கட்டிப் போட முடியாது. எமது விடுதலை எமது இரத்தத்தால் எழுதப்படும். கிளர்ச்சி செய்வதென்பது அடிமையின் உரிமையாகும்."

"இது ஒரு புனிதப் போர். ரத்தத்தையும் வியர்வையையும் கொட்டி மக்கள் சம்பாதித்த சொத்துக்களை நாய்களின் மீதும்

குதிரைகளின் மீதும் செலவிடும் செயல் மிகக் கொடுமையானது. இவர்களைத் துரத்தியடிப்பது நம் ஒவ்வொருவரின் கடமையாகும்."

இப்பேச்சுக்களை விபரமாக குற்றப் பத்திரிக்கை சுட்டிக் காட்டியது. ஷேக் அப்துல்லா வெறுப்புணர்வை ஊட்டி மக்களை கிளர்ந்தெழத் தூண்டினார் என்று குற்றப் பத்திரிக்கை விவரித்தது. அவரின் பேச்சுக்களின் விளைவாக பொதுக் கூட்டங்களில் மக்கள் தூண்டப்பட்டு. ஆட்சியாளர்கள், அவர்களின் குடும்பத்தினருக்கு எதிரான வெறுப்பு மிக்க கோஷங்களை எழுப்பினர் என்று குற்றம் சாட்டியது அரசு தீர்ப்பு.

ஷேக் அப்துல்லாவின் சொற்பொழிவுகளை தொகுத்து நீதிமன்றத்திடம் ஒப்படைத்தது அரசு தரப்பு. இருபத்தி ஆறு சாட்சிகளை ஆஜர் செய்தது. அவர்களில் பெரும்பாலோர் போலீசாரும் ரகசிய போலீசாரும் தான். சாட்சிகளில் சிலருக்கு ஆங்கிலம் சரிவரத் தெரியவில்லை. மொழி பெயர்ப்பில் காணப்பட்ட பிழைகளை ஆஷாப் அலி விமர்சித்தார். ஆரம்பத் திலிருந்தே அரசாங்கமும் நீதிமன்றமும் ஷேக் அப்துல்லாவை தண்டித்து எப்படியாகிலும் சிறைக்கனுப்பக் கங்கணம் கட்டிக் கொண்டது தெளிவாகத் தெரிந்தது. ஷேக்கின் சொற்பொழிவுகள் பொருத்தமற்று திரிக்கப்பட்டன. ரகசியப் போலீசாரின் குறிப்புக்களே அடிப்படையாக இருந்தன. அக் காலகட்டத்தில் பிரிட்டிஷ் அரசு அல்லது மகாராஜாவை எதிர்த்து குரல் எழுப்பிய விடுதலைப் போராட்ட வீரர்கள் அனைவருமே தங்களின் சொல்லுக்கும் செயலுக்கும் வித்தியாசமின்றி அச்சம் துளியுமின்றி செயலாற்றினர். சிறைக்கு செல்லவோ கொட்டடிகளுக்குச் செல்லவோ சிறிதும் தயங்கியதில்லை.

விசாரணை, இயக்கத்திற்கு வலுவூட்டியது:

விசாரணை தான் ஏற்கனவே பிரச்சாரம் செய்து வந்த கருத்துக்களை மீண்டும் வலியுறுத்தி தெளிவுபடக் கூற வாய்ப்பை அளித்தது என்றால் மிகையல்ல. இதனால் 'காஷ்மீரை விட்டு வெளியேறு' இயக்கம் புதுப்பொலிவைப் பெற்றது. இம்முறை

பிரச்சாரத்திற்கு புதிய உதவி ஆஷாப் அலியின் நீதிமன்ற பேச்சுக்கள்.

காஷ்மீரப் பள்ளத்தாக்கு மக்கள் மட்டுமே செவிமடுத்த மே மாதத்துப் பேச்சுக்கள் தற்போது ஜம்மு காஷ்மீர் முழுமையையும் இந்தியா முழுமையையும் சென்றடைந்தது. நீதிமன்றக் குறிப்புக்கள் அதற்கு பெரிதும் உதவின. ஆஷாப் அலியின் வலுவான வாதங்கள் வேறு உரமேற்றின.

காஷ்மீர சிங்கத்தின் வாக்குமூலம்:
மக்கள் உரிமையின் புதிய வடிவம்

“மனிதர்கள் அனைவரது அடிப்படை உரிமைகளை நான் வலியுறுத்திக் கூறுகிறேன். அவர்கள் தங்கள் விருப்பப்படி மனிதர்களாக சுதந்திரமாக வாழ்வதற்கும் தங்களின் சமூக பொருளாதார அரசியல் அபிலாஷைகளை பூர்த்தி செய்கிற விதமாய் சட்டங்கள் இயற்றிக் கொள்ளவும் உரிமை பெற்றவர்கள். அவ்வுரிமைகளைக் கொண்டு மனித விடுதலையையும் முன்னேற்றத்தையும் அவர்களால் அடைய.. முடியும்.. உரிமைகள் மக்களுடன் உடன்பிறந்தவை. அவற்றை யாராலும் நிறுத்தி வைக்க முடியாது. இறையாண்மை என்பது மக்களிடமே குடிகொண்டுள்ளது. சமூக பொருளாதார அரசியல் தீர்மானங்கள் மக்களின் ஒட்டுமொத்த விருப்பங்களிலிருந்தே உருவாக வேண்டும்.”

தான் குற்றவாளி அல்ல என்று விளக்குவதற்காக இப்படி சொன்னார்:

“தேச துரோக குற்றம் என்மீது சுமத்தப்பட்டிருக்கிறது. நீதிபதிகள் தேசதுரோகம் சமூகத்திற்கெதிரான குற்றம் என கருதுகின்றனர். நான் அப்படிப்பட்ட குற்றம் ஏதும் செய்யவில்லை. ஜம்மு காஷ்மீர் மக்களின் அடிப்படை உரிமைகள் குறித்து நான் பேசியவை, எழுதியவை சரிதான் என்ற நிலையில் நான் மாறவில்லை.”

கொடூரமான வறுமையிலும், சுதந்திரமின்றி, முன்னேற்ற மடைய வாய்ப்பின்றி இருக்கிற என் மக்களுக்கு சேவை செய்யவே நானும் என் தேசீய மா நாட்டுக் கட்சியின் சகாக்களும் சிறையில் வாடிக்கொண்டிருக்கும் என் நண்பர்களும் கடந்த பதினாறு ஆண்டுகளாகப் பாடுபட்டு வருகிறோம். மக்களிடம் ஏற்பட்டிருக்கும் விழிப்புணர்வும், சுதந்திர தாகமும் நாங்கள் சாதித்தவை என்று பெருமையுடன் கூறுகிறோம். எங்களின் செயல்பாடுகள் இந்தச் சட்டங்களை எங்கள் மீது பாய விட்டிருக்கின்றன. இந்தச் சட்டம் மக்களிடமிருந்து வந்தவை அல்ல. மாறாக மக்கள் மீதே பாயக் கூடியவை. இத்தகைய சட்டங்கள் நீ தியானவை அல்ல. தார்மீகத் தன்மை கொண்டவை அல்ல. ஆனால் இச்சட்டம் தற்காலிகமானது.

இதைக் காட்டிலும் உயரிய சட்டம் ஒன்று உண்டு. அது மக்களிடமிருந்து பிறப்பது. அது மனித மனசாட்சிகளின் மொத்த வடிவம். மக்களை பிரதிநிதித்துவம் செய்வது. அத்தகைய சட்டத்திற்கு அடிபணிந்து போவது எனக்கு மகிழ்ச்சி தரக்கூடியது. பெருமைக்குரியது. எங்கள் மீது கூறப்படும் குற்றங்கள் ஜம்மு காஷ்மீர மக்களின் இந்திய மக்களின் அங்கீகாரம் பெற்ற சட்டத்தால் சுமத்தப்பட்டவை அல்ல.

'காஷ்மீரத்தை விட்டு வெளியேறு' என்று குரல் எழுப்புவதும் அமிர் தசரஸ் உடன்படிக்கையை எதிர்ப்பது வகுப்பு வாத அல்லது கம்யூனிஸ்ட் சக்திகளின் தூண்டுதல் எனக் கூறப்படுவதை நான் வன்மையாக மறுக்கிறேன். தேசிய மாநாட்டுக் கட்சி ஒரு தேசிய இயக்கம். வகுப்பு வாத இயக்கமல்ல. அனைத்திந்திய மாநில மக்கள் மாநாட்டு கட்சியுடன் இணைக்கப்பட்டது. இந்திய தேசீய உணர்வுடன் இந்திய தேசிய விடுதலைக்காக அது பாடுபடுகிறது. அது சமூக பொருளாதார மாற்றங்களுக்காகவும் மக்கள் திரளை முன்னேற்றவும் பாடுபடுகிறது.

நான் சிறையில் அடைக்கப்படுவதோ தண்டிக்கப் படுவதோ குறித்து எனக்கு அக்கறையில்லை. அவை சிறிய விஷயங்கள். ஆனால் ஜம்மு காஷ்மீர் மக்கள் வறுமையில்

வாடுவதோ அவமானப்படுத்தப்படுவதோ சிறுமைப்படுத்தப் படுவதோ சகித்துக் கொள்ளக்கூடியவை அல்ல. கடந்த இரு மாதங்களுக்கும் மேலாக கட்டவிழ்த்துப்படப்பட்டுள்ள பலாத்கார அடக்குமுறை சகிக்கத்தக்கதா? இவை எங்களின் கோரிக்கைகளின் நியாயங்களை உணர்த்தவில்லையா? அக்கிரமக்காரர்களை வெளிறேச் சொல்வது தவறா? எனவே சிறைவாசம் எங்களின் கோரிக்கைகளை வெற்றியடையச் செய்தால் அதைக் காட்டிலும் மகிழ்ச்சி தரத் தக்கது வேறெது?

காஷ்மீர் எங்களின் இதயப்பூர்வமான பூங்கா. அதன் அழகும் வனப்பும் மரபுகளும் எங்களுக்குப் பொதுவா னவை. ஆனால் அதன் எதிர்காலம் இருளாயிருக்கும் போது நாங்கள் கைகட்டி வாளாவிருக்க மாட்டோம். இந்தியாவுடன் இணைந்து விடுதலை வேள்வியில் திளைக்கவே போராடுகிறோம்."

வழக்கம் போல் அரசு தரப்பு வழக்கறிஞர் ஷேக் அப்துல்லா விற்கு அதிக பட்சதண்டனை தரப்பட வேண்டுமென கோரினார்.

ஆஷாப் அலியின் எதிர் தரப்பு வாதத்தைக் கேட்டவர்களும் அதன் முழு பிரசுரத்தையும் படித்தவர்களும் அது ஏற்படுத்திய தாக்கத்தை உணரமுடியும். உலகெங்கிலும் அந்நிய கொடுங்கோலாட்சிக்கு எதிராகப் போராடிய விடுதலை வீரர்களின் வழக்கு வாதங்களில் ஆஷாப் அலியின் வாதம் தனிச் சிறப்புடன் நிற்கும்.

ஆஷாப்அலியின் வாதம்:

"சில பல காரணங்களினால் இவ்விசாரணை வரலாற்று சிறப்பு மிக்கதாகி விடுகிறது. காஷ்மீர் வரலாற்றில் இது மாபெரும் அத்தியாயமாகத் திகழும் என்பதில் ஐயமில்லை. தலைமுறை தலைமுறையாக இது காஷ்மீர் மக்களின் வாழ் நாள் நெடுகிலும் நினைவு கூர்ந்து பேசப்படும். சட்டத்துறை வரலாற்றிலும் இவ்வழக்கு குறிப்பிடத்தக்க முக்கியத்துவத்தைப் பெற்றிருக்கும்.

இவ்வழக்கில் தேசியத் தலைவர்களான மகாத்மா காந்தி, ஜவஹர்லால் நேரு, மௌலானா அபுல்கலாம் ஆஷாத், சர்தார் படேல் ஆகியோர் மிகுந்த அக்கறை காட்டினர்.

வைஸ்ராயும், பிற முக்கிய பிரிட்டிஷ் அதிகாரிகளும் இவ்வழக்கு குறித்து உடனடித் தகவல் பெற்று வருகின்றனர். இந்தியாவெங்கிலும் உள்ள படிப்பறிவு பெற்ற மக்கள் ஆழ்ந்த அக்கறை செலுத்தி வந்திருக்கிறார்கள்.

அடிப்படை விஷயங்கள் குறித்து இவ்வழக்கு அக்கறை செலுத்துகிறது. வெறும் தேச துரோக குற்றம் குறித்த வழக்கல்ல இது. அப்படிப்பட்ட வழக்கென அரசு தரப்பு கருதியிருந்தால் தேச துரோகச் சட்ட எல்லைக்குள் தங்கள் வாதத்தை இரண்டு மூன்று நாட்களுக்குள் முடித்திருப்பார்கள். ஆனால் அவர்களே அவ்வாறு கருதவில்லை. நாட்டின் அரசியலமைப்பின் ஆணி வேரையே உலுக்கக்கூடிய வழக்கு இது என் அவர்கள் உணர்ந்திருந்தனர். இவ்வழக்கு இந்திய மக்களின் அடிப்படை உரிமைகள் சம்பந்தப்பட்டது.

அரசு தரப்பு மக்கள் தங்கள் உரிமைகளுக்காக குரல் எழுப்புவதை எதிர்க்கிறது. குற்றம் சாட்டப்பட்டிருப்பவரின் சொற்பொழிவுகள் அனைத்துமே உரிமைகளுக்காக குரல் எழுப்பியவையே. அவர் பொறுப்பு வாய்ந்த, பிரதி நிதித்துவ தன்மை கொண்ட அரசு தேவையெனக் கோரினார். மக்களுக்காக மக்களால் ஆளப்படும் அரசு தேவையெனக் கோரினார். இந்த 1946-ம் ஆண்டில் பிரிட்டிஷ் மந்திரி சபை இந்தியா சுதந்திரம் பெறும் உரிமை பெற்றது என்றும் அறிவித்திருக்கிறது. உலகம் முழுமையுமே மக்களின் விடு தலையைப் பற்றி விவாதித்துக் கொண்டிருக்கிறது. அதைப் பற்றி சிந்தித்துக் கொண்டிருக்கின்றனர். மக்களின் விருப்பத்திற்கு எதிரான நூறாண்டுக்கு முந்தைய விற்பனை ஒப்பந்தம் காலாவதியானது. சர்வதேச நீதிமன்றத்தில் இது செல்லுபடியாகாது. இவ்வழக்கில் இதுதான் விஷயமே. வேறெதுவுமில்லை.

குற்றம் சாட்டப்பட்டிருப்பவரின் குரல்கள் சிறை செய்யப்படலாம். ஆனால் அதன் எதிரொளி எப்போதும் ஒலித்துக்கொண்டே இருக்கும். அதை நிறுத்த எந்த சக்தியாலும் முடியாது. ஏனெனில் அது மனித மனசாட்சியின் குரல். அது மக்கள் குரல். மறுக்க இயலாத மக்களின் அபிலாஷைகளின் உரிமைகளின் குரலே ஷேக் அப்துல்லாவின் குரல். அவர் இன்று சொல்பவை நாளை எல்லோராலும் பேசப்படும். அவை வரலாற்றில் இடம்பெறும் என்பதில் ஐயமில்லை. அவை குற்றம் என்று இன்று தீர்ப்பளிக்கப்படலாம். ஆனால் அதற்காகப் பின்னாளில் வருத்தப்பட நேரிடும்.

அரசுத் தரப்பு அவரின் சொற்பொழிவுகளில் சில வார்த்தைகளை பிய்த்து எடுத்துக்கொண்டு அவ்வார்த்தைகளின் மீது தண்டனை அளிப்பது அவ்வார்த்தைகளின் தாக்கத்தை தீர்மானிக்கும் சரியான வழியாகாது. இக்கருத்தை ஏற்கனவே பிரேம்நாத் பஜாஜ் வழக்கில் நீதித்துறை ஆலோசனைக் குழு ஏற்றுக்கொண்டிருக்கிறது என்பதை சுட்டிக்காட்ட விரும்புகிறேன். ரீக்டசுல்லிவன் வழக்கில் நீதிபதி பிட்ஸ் ஜெரால்ட் கூறியவற்றை நினைவு கூர்வது அவசியம். ஒரு வாக்கியத்தின் கடுமையான சில வார்த்தைகளை மட்டும் பார்ப்பது தவறு. அந்த கட்டுரையின் முழு அர்த்தத்தையும் நோக்கத்தையும் மட்டுமே கணக்கிலெடுத்துக்கொள்ள வேண்டும்."

124 ஏ பிரிவு பற்றி குறிப்பிடுகையில் ஆஷாப் அலி சொன்னார்.

"இந்த வார்த்தைகளின் அடிப்படையில் மட்டும் ஒருவர் மீது குற்றஞ்சாட்ட முடியுமெனில், இந்த நாட்டில் நிறையப் பேர் மீது தேசத்துரோகக் குற்றம் சுமத்தப்பட முடியும். வெறும் வார்த்தைகளுக்கு மட்டுமே அர்த்தம் காண்போமெனில் அபத்தமாகிவிடும். ஆங்கிலேய சட்டம் நம்மைக் கட்டுப் படுத்துகிறது. அது தேசத் துரோகம் பற்றி என்ன சொல்கிறது? வார்த்தைகளாலோ எண்ணங்களாலோ எழுத்துக்களாலோ ஒருவர் ஒன்றுமறியாத சிலரை அரசுக்கு எதிராக திருப்பி

விடுதல் என்கிறது. தேசத் துரோகத்தில் ஓர் அம்சம் கிளர்ச்சிக்கும் கவிழ்ப்புக்கும் மக்களைத் தூண்ட முயல்வதே.

அமிர்தசரஸ் உடன்படிக்கையைப் பொறுத்தவரை இத்தகைய விவாதத்தை தொடங்கியவர் பொட்டே தர் ஆவார். அவருக்குச் சரியான பதிலைத் தர வேண்டிய அவசியம் ஷேக் அப்துல்லாவிற்கு ஏற்பட்டிருக்கிறது. எனவே தான் அது குறித்து விரிவாக அவர் பேசலானார்.

தவறான மொழிபெயர்ப்பு:

மொழிபெயர்ப்பின் தவறுகளை ஆஷாப் அலி சுட்டிக் காட்டினார் ஒரு சொற்பொழிவு உருது மொழியிலும் மற்றவை காஷ்மீரியிலும் ஆற்றப்பட்டன. அவற்றை குறிப்பெடுத்தவர்கள் உருது மொழியில் மட்டுமே எழுதியிருக்கின்றனர். குறிப்பு புத்தகத்தில் இடை இடையே நிறையக் காலியிடம் காணப்படு கின்றது. இவை எதற்காகவென்றால் பின்னர் ஞாபகம் செய்து அல்லது தங்கள் ஆட்களுடன் கலந்து பேசி எழுதிக் கொள்வதற்கே. வாக்கியங்கள் பொருத்தமற்று உள்ளன. அர்த்தம் தருபவையாகக்கூட இல்லை.

மொழிபெயர்ப்பில் உண்மையான அர்த்தத்தை வரவழைப்பது சிரமம் தான் என்று ஒப்புக்கொள்வோம். அதே போல் குறிப்பெடுக்கிறபோது வார்த்தைக்கு வார்த்தை பிசகாமல் எடுப்பது கூட சிரமம்தான்.

மேலும் ரகசியப் புலனாய்வுப் போலீசாரின் கல்வித் தகுதியைப் பார்ப்போம். அவர்களில் ஒருவர் தான் பட்டதாரி. மற்றவர் பட்டதாரி அல்லர். அவர்களிருவருமே காஷ்மீரியிலிருந்து உருதுக்கு மொழிபெயர்க்க எந்தவித பயிற்சியும் பெற்றிருக்க வில்லை எனக் கூறியிருக்கிறார்கள். அறிக்கை தயாரிப்பதில் அவர்களின் திறமை எப்படிப்பட்டதாக இருந்தபோதிலும் இவ்வழக்கிற்கு முக்கியமான சொற்பொழிவாளரின் வார்த்தைகளும் வாக்கியங்களும் தவறாக மேற்கோள் காட்டப்பட்டிருக் கின்றன என்பதில் சந்தேகமில்லை.

ஷேக் அப்துல்லாவின் சொற்பொழிவுகள் நியாயமானவை என்று வாதிட்டார் ஆஷாப்அலி. மன்னர் கூட மக்களின் வறுமையைப் பற்றிப் பேசியிருக்கிறார். அதைத்தான் ஷேக் அப்துல்லாவும் பேசியிருக்கிறார். மக்கள் அடிமைகளை விட மோசமான வாழ்வு வாழ்கிறார்கள் என்று சொல்வதில் தேசத் துரோகக் குற்றம் ஏதும் இருப்பதாகத் தெரியவில்லை.

முடிவாக நான் ஒரு வேண்டுகோள் விடுக்கிறேன். தேசத்துரோகக் குற்றத்தை பிரபலமான தலைவர்கள் மீது சுமத்துவது அபாயகரமானது. அவர்களை ஒவ்வொரு முறையும் தண்டிப்பதன் மூலம் இயக்கத்திற்கு வலுவூட்டுகிறீர்கள். மேலும் பரவச் செய்கிறீர்கள் என்பதே உண்மையாகும். 1942-ல் காங்கிரஸ் செயற்குழு உறுப்பினர்களை கைது செய்தபின் என்ன நடந்தது? தெருவெங்கும் "வெள்ளையனே வெளியேறு" என்ற கோஷம் கேட்கவில்லையா? பொது இடங்களிலும் பத்திரிக்கையாளர் அறைகளிலும், இரயில்களிலும் பஸ்களிலும் பள்ளிகளிலும் கல்லூரிகளிலும் ஏன் இருண்ட சிறைச்சாலை அறைகளிலும் கூட எதிரொலித்ததல்லவா! தலைவர்களைத் தண்டிப்பதன் மூலம் மக்களின் உறுதிப்பாட்டை மாற்ற முடிந்ததா? ஷேக் அப்துல்லா சிங்கமென தலை நிமிரப்போவது மட்டும் உறுதி. எனவே தண்டிப்பது சரியான வழி அல்ல.

அரசாங்கம் அதனால் நஷ்டப்படத்தான் போகிறது.

காஷ்மீர சிங்கத்தை தண்டிப்பது சிறைக்கு அனுப்புவது என்று வழக்கைத் தொடங்குமுன்பே முடிவு செய்துவிட்ட நீதி மன்றத்தின் முன் ஆஷாப் அலியின் வாதங்கள் எந்தப் பலனையும் அளிக்கவில்லை.

ஸ்ரீ நகர் செசன்ஸ் நீதிமன்றம், 10-9-46-ல் தீர்ப்பை அளித்தது.

124-ஏ பிரிவின் கீழான குற்றத்திற்காக மூன்றாண்டு சாதாரண சிறைவாசம் ஐ நூறு ரூபாய் அபராதம் தவறினால் மூன்று மாதம் கூடுதல் சாதாரண சிறைவாசமும் தீர்ப்பளிக்கப் பட்டது.

செப்டம்பர் 46-ல் சிறைக்கு அனுப்பப்பட்டார் ஷேக்.

இந்தியா விடுதலை பெற்றபோது மகாராஜாவிற்கு வேறு வழியில்லை. 29-9-47-ல் காஷ்மீர சிங்கம் சிறையிலிருந்து வெளிவந்தது. உடனேயே காஷ்மீரின் முதலமைச்சரானார் ஷேக் அப்துல்லா.

டிமிட்ரோவ்

சில நீதிமன்ற விசாரணைகள் வெறும் சட்ட மீறல் குறித்த வழக்கு மாத்திரம் அல்ல. அவை வரலாற்றின் பக்கங்களில் இடம் பெறக் தக்கவை. அத்தகைய வழக்குகளில் ஒன்றே ஜார்ஜ் டிமிட்ரோவின் விசாரணை. உலகின் பெரும்பாலான நாடுகளின் சட்டம், நீதித் துறையின் வர்க்கத் தன்மையை அம்பலப் படுத்தியது.

டிமிட்ரோவ் – ஒரு போராளி

ஜெர்மானிய பாசிஸ்டுகளை எதிர்த்து தீரமிகு போர் நடத்தியவர் டிமிட்ரோவ். அவர் ஒரு மாபெரும் ஜன நாயக வீரர். ஹிட்லரின் தலைமையிலான மோசமான, திரிபுவாத

பாசிஸ்டுகளின் கைகளில் ஜனநாயகம் சோசலிசம், உலக சமதானம் போன்ற கோட்பாடுகள் மிகவும் துயரமான காலகட்டத்தில் நிறுத்தப்பட்டன. ஆனால் வரலாற்றின் முடிவு வேறுவிதமாக இருந்தது. முதலாளித்துவத்தை சோசலிஷம் வீழ்த்தியது. சோசலிஷத்தின் தீர்மானகரமான முற்போக்கான நிலைப்பாடு பாசிஸ்டுகளை மண்டியிடச் செய்தது. ஜார்ஜ் டிமிட்ரோ இதில் முன்னணிப் பங்கை ஆற்றினார். ஐக்கிய முன்னணி தந்திராபாயத்தை பிரச்சாரம் செய்த அவர் உழைக்கும் வர்க்கத்தையும் ஜெர்மனி உட்பட ஐரோப்பிய நாடெங்கிலும் இருந்த ஜனநாயக சக்திகளையும் அணி திரட்டினார். தனது பிரச்சாரத்தாலும் செயல்பாடுகளாலும் பாசிஸ்ட் அரசின் நேரடி எதிரியானார்.

பாசிச விரோத கருத்துக்கள் பரவி வருவதை பாசிஸ்ட் அரசால் பொறுத்துக் கொள்ள முடியவில்லை. ஜன நாயக சக்திகளையும் கம்யூனிஸ்ட்களையும் அழித்துவிட நாசி ஜெர்மனியின் உயர்மட்ட அதிகாரிகள் தீர்மானித்தனர். ஹிட்லர் கொக்கரித்தான்: “கம்யூனிஸ்ட் அபாயத்தை அழித்துவிட்டால் சுமுகமான நிலை திரும்பி விடும். நமது சட்டங்கள் தாராள தன்மை கொண்டவை. போல்ஸ்விக்குகளை ஒழிக்க இச்சட்டங்கள் போதுமானவை அல்ல. சுமுக நிலைக்கு நாட்டைக் கொண்டு வருதல் அவசியம் என நான் தனிப்பட்ட முறையில் விரும்புகிறேன். ஆனால் முதலில் ஒழிக்கப்பட வேண்டியது கம்யூனிசமே”. நாசிகளின் அகராதியில் சமூக நிலையை ஏற்புடுத்துதல், என்பது கம்யூனிஸ்ட்களை பாசிச எதிர்ப்பு சக்திகளையும் அழித்தொழிப்பதே. அந்த நேரத்தில் டிமிட்ரோ ஜெர்மனியில் பயணம் செய்து கொண்டிருந்தார்.

நாசிகளின் இலக்கு டிமிட்ரோவும் மற்ற இரு பல்கேரியா நாட்டைச் சேர்ந்த அரசியல் அகதிகளும் ஆவர். நாசிகள் ஒரு தொழில் ரீதியான சதிகாரனை ஏற்பாடு செய்து ஜெர்மானிய பாராளுமன்ற கட்டிடத்திற்குத் தீ வைத்தனர். அவனது பெயர் மெரினுஸ் வான்டெர் லுபே. 1933 பிப்ரவரி 27ல் தீ வைத்த பின் கலவரம் தொடர்ந்த து.

ஹிட்லர், கோரிங், பிரச்சார அமைச்சர் கோயா பல்சு பிற உயரதிகாரிகள் சம்பவம் நடந்த இடத்திற்கு விரைந்தனர். அப்போதே கோரிங்கும் கோயாபல்சும் இவை கம்யூனிஸ்டுகளின் வேலை தான் என குற்றம் சாட்டினர். தீ வைத்தல் போல்ஸ்விக்கு களின் பலா த்கார செயல்தான் இது என்றனர். மறுநாள் ஹிட்லர் ஜெர்மன் மக்களின் அரசியலமைப்பு உரிமைகளை பறித்த கையோடு 20 ஆயிரம் பேரை கைது செய்ய உத்தரவிட்டான்.

திட்டமிட்டபடி டிமிட்ரோவும் மற்ற இருவரும் கைது செய்யப்பட்டனர். டிமிட்ரோ உட்பட அனைவருமே அரசியல் அகதிகளாக ஜெர்மனி வந்தவர்கள். இவர்களுடன் அந்த தொழில் ரீதியான சதிகாரனும் கைது செய்யப்பட்டான். டிமிட்ரோ ஒரு செல்வாக்கு மிக்க உழைக்கும் வர்க்கத் தலைவராக பரிணமித்திருந்தார். மாதக் கணக்கில் தனிமை சிறையில் அவர் வைக்கப்பட்டார். இருநூறு பக்கங்கள் அடங்கிய குற்றச்சாட்டு அவர் மீது சுமத்தப்பட்டது. டிமிட்ரோ வழக்கறிஞர் அல்ல. ஜெர்மானிய சட்டங்கள் குறித்தோ நீதிமன்ற நடைமுறைகள் குறித்தோ அவர் ஏதும் அறிந்திருக்கவில்லை. தன்னுடைய எதிர்வாதத்தைத் தயார் செய்வதற்காக ஜெர்மானிய சட்டப் புத்தகம் கோரி டிமிட்ரோ சிறை அதிகாரிகளுடன் போராட வேண்டியிருந்தது. டிமிட்ரோவுக்கு அளிக்கப்பட்டிருந்த வழக்கறிஞர் ஒரு நாசி வெறியன் என்பதால் தன் எதிர்வாதத்தை தானே தயாரித்ததாக வேண்டிய நிர்பந்தம் டிமிட்ரோவிற்கு ஏற்பட்டது.

லெப்சிக் நகரின் இம்பீரியல் உயர் நீதிமன்றத்தில் வழக்கு நடைபெற்றது. 1933 செப்டம்பர் 21லிருந்து டிசம்பர் 23 வரை விசாரணை நடந்தது.

டிமிட்ரோவுக்கு எதிராக 500 சாட்சிகள் கொண்டு வரப்பட்டனர். பொய்யே உருவான அரசும் சட்டமும் வரிந்து நின்றன.

இந்த விசாரணை பாசிச எதிர் அணிகளிடம் புயலைக் கிளப்பியது. ஐரோப்பாவெங்கிலும் ஏன் உலகமெங்கிலும் பல கமிட்டிகள் எதிர்வாதத்திற்கு தயாராயின. ரெய்ஸ்டாக் தீ

குறித்து விசாரிக்க ஒரு சர்வதேச விசாரணைக் குழு நிறுவப்பட்டது. ஜனநாயக சக்திகள் திரண்டெழுந்து நாசிகளே உண்மையான குற்றவாளிகள் என சுட்டிக் காட்டியது. நீதிபதி ஸ்தானத்திலிருப் பவர்களே மற்றொரு நீதிபதியை அதாவது பொது மக்கள் கருத்தை சந்திக்க வேண்டிய நிர்பந்தம் என மார்க்ஸ் குறிப்பிடுவதைப் போல் சம்பவங்கள் நடந்தன.

தலைமை நீதிபதி வில்ஹம்பகர் தான் சார்பற்றவர் என காட்டிக் கொள்ள முயன்று தோற்றுப்போனார்.

அரசு தரப்பு சாட்சிகள் தங்களுக்கு போதிக்கப்பட்ட பொய்களை சரமாரியாக ஒப்பித்தன. யாரும் எதிர்பாராத விதமாக டிமிட்ரோ எழுந்து குறுக்கு விசாரணை செய்ய ஆரம்பித்தார். அதிர்ச்சியடைந்த நீதிபதி குறுக்கிட்டு நீங்கள் ஒன்றும் அரசு தரப்பு வழக்கறிஞர் அல்லர். நீர் ஒரு குற்றவாளியே என்ற போது, டிமிட்ரோ அச்சமின்றி முழுங்கினார் நான் என்னையும் கம்யூனிசத்தையும் காப்பாற்றவே வாதம் செய்கிறேன். தன்னுடைய உன்னதமான லட்சியங்களையும் கொள்கைகளையும் திரும்ப எடுத்துரைத்தார்.

நாசிகளின் நோக்கம் ஒரு தனி நபரை சிதைப்பது அல்ல. கம்யூனிஸ்ட் இயக்கத்தை தாக்கி மதிப்பிழக்க செய்வதாக இருந்தது.

டிமிட்ரோவின் எதிர்வாதத்திற்கு ஈடுகொடுக்க முடியாமல் போனமையால், நீதிபதி அவரை நீதிமன்ற அறையிலிருந்து அப்புறப்படுத்தினார். குற்றவாளிகள் பலபேரை டிமிட்ரோவுக்கு எதிராக தயாரித்து சாட்சி சொல்ல வைத்தது அரசு தரப்பு. அவர்களனைவரையுமே தனது சாமர்த்தியமான குறுக்கு விசாரணையில் தலைகுப்புறக் கவிழ்த்தார் டிமிட்ரோ.

குற்றசாட்டுகளை நிரூபிப்பது சிரமம் என்பதை உணர்ந்தார் கோயாபல்சு. கம்யூனிஸ்ட்கள் வன்முறையை தூண்டுபவர்கள் என்று நீட்டி முழக்கினார். பலாத்காரம் கம்யூனிஸ்ட்களின் ஆயுதம் என்றது அரசு தரப்பு. ஐரோப்பிய மக்களை அச்சுறுத்த வழக்கைப் பயன்படுத்திக் கொண்டது ஹிட்லர் ஆட்சி.

பாட்டாளி வர்க்க கொள்கைகளை விளக்குகையில் டிமிட்ரோ இவ்வாறு குறிப்பிட்டார் "நான் ஒரு கம்யூனிஸ்ட் என்ற வகையிலும், பல்கேரியா கம்யூனிஸ்ட் கட்சியின் உறுப்பினர் என்ற வகையிலும் கம்யூனிஸ்ட் அகிலத்தின் உறுப்பினர் என்ற வகையிலும் ஒன்றை சொல்லிக் கொள்கிறேன். நான் தனி நபர் பலாத்காரத்தையும் அர்த்தமற்ற கலவரங்களையும் எதிர்க்கிறேன். அவை கம்யூனிச தத்துவத்திற்கு ஏற்புடையவை அல்ல. கம்யூனிஸ்ட் இயக்கம் - பரந்துவிட்ட மக்கள் மத்தியில் வேலை செய்வதையே பிரதானமாக நினைக்கிறது. லெனினின் தத்துவம் அதுதான். கம்யூனிஸ்ட் அகிலம் விதிக்கிற கட்டுப்பாடு அது. எனவே நான் தனி நபர் பலாத்கார மற்றும் கவிழ்க்கும் சதி நடவடிக்கைகளுக்கும் எதிரானவன்.

டிமிட்ரோவின் அசைக்க முடியாத உறுதி அரசு தரப்பை நடுங்க வைத்தது. மேற்கொண்டு என்ன செய்வது என்று புரியாமல் தடுமாறிய அரசு தரப்பு நாசி தலைவர்களான கோரிங், கோயாபல்சு போன்றவர்களை சாட்சிகளாக அழைத்தது.

நவம்பர் 4 அன்று கோரிங் நீதிமன்றம் வந்தார் நவம்பர் 8 அன்று கோயா பல்சு நீதிமன்றம் வந்தார். உலகில் இரு எதிரெதிர் தத்துவங்கள் அங்கே மோதிக் கொண்டதை உலகமே கூர்ந்து கவனித்தது. ஒருபுறம் சோசலிசமும் எதிர்புறம் மிக மோசமான வடிவத்தில் உருவெடுத்த முதலாளித்துவமும் நின்றன.

அற்புதமான அறிவாளியும் சுதாரிப்பானவருமான டிமிட்ரோ கோரிங்கையும் கோயாபல்சையும் குறுக்கு விசாரணை செய்து கிடுக்கிப் பிடியில் மாட்டினார்.

டிமிட்ரோ : தீ வைப்பு குற்றம் நடந்த உடனேயே ஜெர்மானிய கம்யூனிஸ்ட் கட்சியின் சதி என அறிவித்ததன் மூலம் உண்மையான குற்றவாளியை கண்டுபிடிக்க போலீஸ் முற்படுவதற்கு முன்பே அவர்களை திசை திருப்பி விட்டிருக்கிறீர்கள் அல்லவா?

கோரிங்:- நான் ஒன்றும் போலீஸ் அதிகாரி அல்ல. எல்லா வகையான சாத்தியக் கூறுகளையும் ஆய்வு செய்வது போலீசாரின் வேலை. பொறுப்பு வாய்ந்த அமைச்சராகிய நான் அது ஒரு அரசியல் குற்றம் என்று மட்டுமே கூறி ஒரு குறிப்பிட்ட அரசியல் கட்சி மீது குற்றச்சாட்டு சுமத்தினேன். (பின் டிமிட்ரோவை சுட்டிக் காட்டி சப்தமிட்டார்) உன்னுடைய கட்சி குற்றவாளிகளின் கட்சி. அது வேரோடு கறுவறுக்கப் படவேண்டிய ஒன்று. விசாரணை அதிகாரிகள் நான் சொன்ன திசையில் சென்றார்களெனில் சரியான குற்றவாளியை அடையாளம் கண்டுவிடுவார்கள்.

டிமிட்ரோவ் :- உலகின் ஆறில் ஒரு பங்கு பகுதியை உள்ளடக்கிய சோவியத்தை ஆள்வது நீங்கள் வேரோடு அறுக்கப்படவேண்டியது என்று சொன்ன கட்சி தான் என்பதை அறிவீர்களா? அந்நாட்டுடன் ஜெர்மனிக்கு ராஜீய, அரசியல், பொருளாதார உறவு இருக்கிறது என்பதை அறிவீர்களா? அந்நாட்டின் ஆர்டர்களால் ஆயிரக்கணக்கான ஜெர்மானிய தொழிலாளர்கள் வாழ்கிறார்கள் என்பதை அறிவீர்களா?

நீதிபதி :- (டிமிட்ரோவைப் பார்த்து) கம்யூனிச பிரச்சாரத்தை நீர் இங்கு செய்வதை நான் தடை செய்கிறேன்.

டிமிட்ரோவ் :- பிரச்சாரம் செய்வது கோரிங் தான். சோவியத் யூனியனின் நல்லெண்ணம் குறித்து லட்சோப லட்சம் ஜெர்மானிய மக்கள் அறிவார்கள்.

கோரிங் : (கூச்சலிட்டபடி) ஜெர்மானிய மக்கள் எதை அறிவார்கள் என்பது எனக்கு தெரியும். இங்கு உமது மோசமான நடத்தை குறித்து அறிவார்கள். நீ என்னை நீதிபதி போல் கேள்வி கேட்க முடியாது. நீர் ஓர் அயோக்கியன் உன்னை தூக்கிலிட வேண்டும்.

நீதிபதி :- கம்யூனிச பிரச்சாரத்தை செய்யக் கூடாது என்று ஏற்கனவே உனக்கு சொல்லியிருக்கிறேன். உனது செயலால் சாட்சி மிகவும் கோபமடைந்திருக்கிறார். வழக்கு குறித்த கேள்விகளை மட்டுமே நீர் கேட்கலாம் என்று கடுமையாக எச்சரிக்கிறேன்.

டிமிட்ரோவ்:- பிரதமரின் பதில்கள் எனக்கு திருப்தியளிக் கின்றன.

நீதிபதி :- நீர் திருப்தியடைந்தீரா இல்லையா என்பது குறித்து அக்கறையில்லை. நீர் இனி பேசக்கூடாது என தடை செய்கிறேன்.

டிமிட்ரோவ் : வழக்கு குறித்து இன்னும் ஒரு கேள்வி இருக்கிறது.

நீதிபதி : (கடுமையாக) பேச உமக்கு உரிமையில்லை.

கோரிங் :- (கூச்சலிட்டபடி) அயோக்கியனே, வெளியே போ.

நீதிபதி :- (போலீசாரைப் பார்த்து) வெளியேற்றுங்கள்,

டிமிட்ரோவ் - (கோரிங்கைப் பார்த்து) என் கேள்விகளைக் கண்டு பயப்படுகிறீர்களா பிரதமர் அவர்களே!

போலீசார் டிமிட்ரோவ்வை வெளியே அழைத்துச் செல்கிறார்கள்

அடுத்து பொய் மூட்டை இயந்திரத்தின் தலைவனான கோயா பல்சு வகையாக வாங்கிக் கட்டிக்கொண்டார். கோரிங்கின் முட்டாள் - தனமான வாதத்தால் தலை குனிந்து விட்ட நீதிமன்றத்தின் கௌரவத்தை மீட்க கோயாபல்சு நவம்பர் 8 அன்று வந்தார்.

அக்கால கட்டத்தின் ஒப்புயர்வற்ற பொய்யன் என்று புகழ்பெற்றிருந்த கோயா பல்சு தனது கைதி முன் நடுங்க வேண்டியதாயிற்று.

பலாத்காரத்தின் மொத்த உருவம் நாசிகள் தான் என்றும் ஜெர்மனியில் நடந்து வரும் அநீதிகளின் மொத்த உருவமே அவர்கள் தான் என முழங்கினார் டிமிட்ரோவ்.

தன் மீது சுமத்தப்பட்ட குற்றச்சாட்டுகள் பொய்யானவை புனையப்பட்டவை என நிரூபித்தார் டிமிட்ரோவ்.

டிமிட்ரோவும் மற்றவர்களும் விடுதலை செய்யப்பட்டனர், சதிகாரனான அரசின் கையாள்வான் டெர்லுபே மட்டும் மரண தண்டனை விதிக்கப்பட்டான்.

மாஸ்கோவில் வந்திறங்கிய டிமிட்ரோ இவ்வாறு சொன்னார்.

நாசிகள் புத்திசாலிகள் அல்ல. அவர்கள் வெறுமனே உத்தரவை நிறைவேற்றுபவர்கள். அவர்களை இயக்குபவர்கள் ஆயுத வியாபாரிகள், கனரக தொழில்களின் அதிபர்கள் போன்றோர் தான்.

ஹிட்லரின் பின்னணியில் இருந்து செயல்பட்டவர்கள் யார் என டிமிட்ரோவ் அபரிமிதமான தீர்க்க தரிசனத்துடன் சுட்டிக் காட்டியதை உலகம் பின்னர் தான் அறிந்தது.

ஹிட்லர் இறந்து விட்டார்.

ஆனால்

உலகெங்கும் போர் ஓய்ந்து விட்டதா - சமாதானம் தளைத்து விட்டதா - காரணம் ஆயுத வியாபாரிகள், தொழிலதிபர்கள் சதி வலை விரித்துக் கொண்டே இருப்பதே.

✦✦✦

பகதூர் ஷா

தைமூர் வம்சத்தின் கடைசி அரசனான பகதூர் ஷா குறித்து எழுதுவது அவசியமாகிறது. அவர் அரசன் என்பதைக் காட்டிலும் கனவுலகில் மிதந்து கொண்டிருந்த கவிஞன் என்று குறிப்பிடுவதே சரியானதாகும்.

தனது தந்தையால் அரச கட்டில் மறுக்கப்பட்ட நிலையில் தன் ஒன்றுவிட்ட சகோதரன் ஜஹாங்கிர் இறந்த பின்னர் தன் 62 வது வயதில் மன்னரானார் பகதூர் ஷா.

இதற்கிடையில் பிரிட்டிஷார் முகலாய வம்சத்தினரின் எல்லா சொத்துக்களையும் அபகரித்தனர்.

பகதூர் ஷாவுக்கு பென்சன் அளிக்கப்பட்டது. அத்தொகை அவருக்கும் அவரது குடும்பத்தினருக்கும் பட்டினியிலிருந்து மீள்வதற்கு மட்டுமே போதுமானது.

1857ம் வருடத்திய மக்கள் கிளர்ச்சி பகதூர் ஷாவுக்கு தெம்பூட்டியது. தன் 82வது வயதில் உற்சாகம் பெற்ற ஷா கிளர்ச்சியில் பங்கேற்றார். கிளர்ச்சி அடக்கப்பட்டதால் கைதான அவர் ஒரு வெட்கக்கேடான, அவமானப்படுத்துகிற விசாரணைக்கு உள்ளாக்கப்பட்டார்.

கிளர்ச்சி அடக்கப்பட்டதால் பிரிட்டிஷாரின் கை மிகவும் ஓங்கியிருந்தது. அவர்கள் தங்கள் விருப்பம்போல் இந்தியர்களை நடத்துகிற அளவிற்கு தைரியம் பெற்றிருந்தனர்.

பகதூர் ஷா மிகவும் மனமுடைந்து விட்டார். அவருக்கு நண்பர்களோ ஆலோசகர்களோ என யாருமில்லை.

இந்திய ராணுவம் தோற்கடிக்கப்பட்டதால் டில்லியை விட்டு கிளம்பி விட்ட பகதூர் ஷாவை செங்கோட்டைக்கு பிடித்து வந்தனர்.

1858 ஜனவரி 27 அன்று ஐரோப்பிய ராணுவ கமிஷன் அவரை விசாரிக்க வந்திருந்தது. பஞ்சாப் தலைமை கமிஷனர் சர் ஜான் லாரன்ஸ் அதற்கான உத்தரவுகளை பிறப்பித்திருந்தார்.

விசாரணை அறையில் இருந்த திருமதி மியூட்டர் என்பவர் கீழ்கண்டபடி எழுதுகிறார்:

தனது குழந்தை ஜிம்னாவுடன் பகதூர் ஷா வந்திருந்தார். திண்டுகள் வரிசையாக அடுக்கி வைக்கப்பட்டிருந்தன. அவர் ஆரம்பத்தில் ஆர்வமாக தென்பட்டார். பின்னர் நேரம் ஆக ஆக அவர்முகம் வெறுமைஅடைந்தது. விசாரணையின் பெரும்பாலான சமயங்களில் கண்களை மூடியே அமர்ந்திருந்தார்.

பகதூர்ஷாவை பல்லக்கில் தூக்கி வந்தனர். திருமதி மியூட்டர் என்பவர் அக்காட்சியை கீழ் கண்டபடி விரிவக்கிறார்.

அவர் தன் மகள் ஜிம்னாவுடன் வந்திருந்தார். முதலில் ஆர்வமாக தென்பட்டார். பின்னர் நேரம் செல்லச் செல்ல கண்களை மூடி வெறுமையாக காணப்பட்டார்.

குற்றம்:

1. பிரிட்டிஷாரிடம் பென்ஷன் பெறுபவரான இவர் 1857- ம் ஆண்டு மே 10ம் தேதியிலிருந்து அக்டோபர் 1 ம் தேதி வரையிலான இடைவெளியில் பிரிட்டிஷ் ராணுவத்திலிருந்து இந்திய அதிகாரிகளான முகமது பகத் கான் போன்றோரை கிளர்ச்சி செய்யத்தூண்டி ஊக்குவித்தார்.

2. தன் னுடைய மகனான மிர்ஸா முகல் மற்றும் பெயர் தெரியாத டெல்லி வாசிகளைத் தூண்டிவிட்டு 1857 மே 10 முதல் அக்டோபர் 1 வரையிலான இடைவெளியில் கிளர்ச்சி செய்ய வைத்தது.

3. தான் பிரிட்டிஷ் இந்திய அரசின் குடிமகன் என்பதை மறந்து 1857 மே 11 அன்று தானே அரசன் என முடிசூட்டிக் கொண்டு தன் மகன் மற்றும் பலருடன் சேர்ந்து டெல்லியை சட்டவிரோதமாகத் கைப்பற்றியதுடன் உள்நாட்டு கிளர்ச்சியைத் தொடங்கியது, பிரிட்டிஷ் அரசு மீது போர் தொடுத்தது.

டெல்லி அரண்மனையில் மே 16 ம் தேதி 49 பேரைக் கொன்றது அல்லது கொல்ல காரணமாய் இருந்தது. கொலை செய்யப்பட்டோரின் பெரும்பாலோர் ஐரோப்பிய வம்சத்தைச் சேர்ந்த பெண்களும் குழந்தைகளுமே ஆவர். ஐரோப்பிய அதிகாரிகளை கொலை செய்யும்படி போர் வீரர்களை ஊக்குவித்தது. அவர்களுக்கு பணமும் பதவியும் தருவதாக ஆசை காட்டியது.

இக்குற்றங்கள் குறித்து ஏதும் சொல்ல பகதூர் ஷா மறுத்துவிட்டார்.

ஆனால் அவர் எழுத்துப்பூர்வமான அறிக்கை ஒன்றை தாக்கல் செய்தார். சர்வதேச சட்டப்படி போரில் தோற்ற அரசனுக்குள்ள உரிமைகளின் அடிப்படையிலோ அல்லது

தன்னை விசாரிக்க இந்த மன்றத்திற்கு உரிமை இல்லை என்றோ அவரது அறிக்கை சுட்டிக் காட்டவில்லை. அவரது உரிமைகள் குறித்து அவருக்கு விளக்கி ஆலோசனை கூற எவருமில்லை. அவரது ஒரே வாதம் தன் பணியாட்களோ படைவீரர்களோ அந்த குறிப்பிட்ட கால இடைவெளியில் தன்னுடைய உத்தரவின் கீழ் செயல்படவில்லை என்றும் தங்களின் சொந்த விருப்பத்தின் பேரிலேயே செயல்பட்டனர் என்பதால் நடந்தவற்றிற்கு தன்னைப் பொறுப்பாளி ஆக்க முடியாது என்பது தான்.

படைவீரர்களோ மிர்ஷா முகலோ மிர்ஷா கெயர்சுல்தானோ அபுபக்கரோ தன்னிடம் மனு எதுவும் கொண்டு வருகையில் ராணுவ அதிகாரிகளுடன் வந்து தன்னை வற்புறுத்தி தாங்கள் ஏற்கனவே எழுதி எடுத்து வந்திருந்தவற்றை தன் சொந்தக் கையெழுத்தில் எழுதச் செய்து பெற்றுச் சென்றனர் என்றார் பரிதாபமாக.

தான் அவர்களுடன் ஒத்துப் போயிருக்காவிட்டால் என்னையும் அரசியையும் கொன்றுவிட்டு மிர்ஷா முகலை மன்னராக்கி இருப்பர் என்றார். இத்தகைய சூழ் நிலையில் தனக்கு எவ்வித அதிகாரமுமில்லை என்றார். ஊர்வலத்திற்குக் கூட தான் விரும்பிச் செல்லவில்லை என்றும் படைவீரர்கள் பலாத்காரமாக தன்னை அழைத்துச் சென்றனர் என்றும் கூறினார்.

சிறிதும் தைரியம் இல்லை :

விசாரிக்கப்படுகையில் பகதூர் ஷா ஒரு பலகீனமான, முதுகெலும்பற்ற மனிதராகக் காணப்பட்டார். கொஞ்சமும் தைரியத்தின் சாயல்கள் அவரிடம் காணப்படவில்லை ராணுவமும் அதன் அதிகாரிகளும் தங்களிஷ்டம் போல் ஆட்டிவைக்கும் பொம்மையாகவே அவர் இருந்தார் என்பதாகவே தன்னையும் அரசியையும் காப்பாற்றிக் கொள்ளவே ஆர்வம் காட்டினார். அரசி இதற்குள் அவரை வெறுக்கத் தொடங்கியிருந்தாள். நீதிமன்றத்தின் அனுதாபத்தைப் பெற முயன்ற அவர் தானும் தன் மனைவி ஜீனத் மஹல்லும் ஆங்கிலேயர்களுக்கு ஆதரவாக ராணுவம் குற்றஞ்சாட்டியதாக குறிப்பிட்டார். இதற்காக

தங்களை கொலை செய்யப் போவதாக ராணுவ வீரர்கள் மிரட்டியதாக சொன்னார் பகதூர்ஷா.

சாட்சிகள் விசாரிக்கப்படவில்லை :

அரசு தரப்பு நிறைய சாட்சிகளை ஆஜர் செய்தது. எல்லா சாட்சிகளுமே பகதூர் ஷா மீது அளவு கடந்த மரியாதை செலுத்தின. 'பிரபஞ்சத்தின் அரசன்' என்றே விழித்தன. அவர் சாட்சியங்களை குறுக்கு விசாரணை செய்யும் நிலையில் இல்லை. அதற்கான ஆலோசனை கூறவும் எவருமில்லை. அவருக்கு எதிரான சாட்சிகள் குறுக்கு கேள்வி எதுவுமின்றி நிரூபணம் எதுவுமின்றி அப்படியே ஏற்றுக்கொள்ளப்பட்டன.

அட்வகேட் ஜெனரலின் வேலை எளிதாயிற்று.

"குற்றவாளியான பகதூர் ஷாவுக்கு பிரிட்டிஷ் இந்திய அரசு அரச உரிமையை பறிக்காமல் அவருக்கு உரிய கௌரவம் அளித்து தாராளமான பென்ஷன் அளித்திருக்கிறது அடக்கு முறையிலிருந்தும் துயரங்களிலிருந்தும் அவரைக் காப்பாற்றி யிருக்கிறது. ஆனால் இந்த துரோகி அரசை கவிழ்க்க கிடைத்த முதல் வாய்ப்பை தேடி அலைந்திருக்கிறான்" என்று கடுமையாக அவர் சாடினார்.

பிறர் செய்த அனைத்து செயல்களுக்குக் கூட பகதூர் ஷா தான் தனிப்பட்ட முறையில் பொறுப்பு என்ற வகையில் குற்றம் சாட்டப்பட்டது.

டாக்டர் தொழில் செய்து வந்த அஷான் உல்லா கான் அளித்த சாட்சியத்தில் தானும் குலாம் அப்பாசும் மன்னருடன் (பகதூர் ஷா) இருந்த போது படை வீரர்கள் திருமதி பிரேசரைக் கொன்றனர் என்ற தகவலும் பின் படைவீரர்களுடன் அரசரின் பணியாட்களும் சேர்ந்து கொண்டு காப்டன் டக்ளஸைக் கொல்வதற்கு சென்றனர் என்ற தகவ லும் கிடைத்தது என்றார். எனவே இது விபரங்கள் மன்னருக்குத் தெரியும் என்பதில் ஐயமில்லை என்றார். அரசரின் பணியாட்கள் கொலைகாரர்கள் என்றும் இதில் அரசருக்கும் பங்கு உண்டு என்றும் சாட்சியின் வாக்குமூலத்திலிருந்து புலனாவதாகத் தெரிவித்தார்.

மேலும் அவர் சொன்னார்:

"இக்கொலைகாரப் பணியாளர்கள் மீது அரசர் எவ்வித நடவடிக்கையும் எடுக்கவில்லை. அவர்களில் யாரும் பணி நீக்கம் செய்யப்படவில்லை, விசாரிக்கப்படவில்லை. அரசர் அவர்களுக்குத் தொடர்ந்து சம்பளம் அளித்துக் கொண்டிருந்தார்".

அட்வகேட் ஜெனரலின் வாதம் முழுமையுமே பணம், சலுகை இவற்றை எதிர்பார்த்து தகவல் கொடுத்துக் கொண்டிருந்த இந்தியர்களான உளவாளிகள் அளித்த தகவல்கள் மூலம் தயாரிக்கப்பட்டிருந்த சம்பவ அறிக்கையாகவே இருந்தது.

தைமூர் வம்சத்தின் கடைசி அரசனான பகதூர் ஷா இக்குற்றத்தில் முக்கியமான நபர். குற்றவாளிகள் அனைவருமே அவருடைய ஆட்கள் தாம். சதிகள் அவரின் அரண்மனைக்குள் தான் தீட்டப்பட்டன.

முதல் குற்றம் கவர்னர் முகம்மது பகத் கான் பகதூருக்கு மன்னர் தம் சொந்தக் கையெழுத்தில் எழுதி அனுப்பிய குறிப்பு உள்ளிட்ட பல்வேறு தஸ்தாவேஜ்கள், பிறர் மன்னருக்கு எழுதிய கடிதங்கள் ஆகியவற்றை ஆதாரமாக கொண்டது,

வாய்மொழி சாட்சியம்:

சாட்சிகளின் வாய்மொழி வார்த்தைகளின் அடிப்படையில் சம்பவங்களை கோர்வையாக்கி விளக்கினார் அட்வகேட் ஜெனரல்.

பகதூர் ஷாவின் சொந்த மகன் மிர்ஷா மொகல் மற்றும் டெல்லி மற்றும் வடமேற்கு டெல்லி பிராந்தியத்தைத் சேர்ந்த அடையாளம் தெரியாத நபர்கள் ஆகியோருக்கு தன் சொந்த கையெழுத்தில் அளிக்கப்பட்ட உத்தரவுகளில் பகதூர் ஷா, மிர்ஷா மொகலிடம் படைகளை விரைந்து அனுப்பும்படி ஆணையிட்டிருக்கிறார்" என்ற அட்வகேட் ஜெனரல் கிளர்ச்சியைத் தூண்டியதாக முடிவு செய்ய இதற்கு மேல் தாம் ஒன்றும் சொல்லத் தேவையில்லை என்றார்.

அட்வகேட் ஜெனரலின் வாதம் தஸ்தாவேஜ்களுடன் வாய்மொழி சாட்சியங்களையும் அடிப்படையாகக் கொண்டிருந்தது. வாய்மொழி சாட்சி அளித்தவர்களில் பெரும்பாலோர் உளவாளிகள் தாம். அவர்கள் அரசு தரப்பு எதை விரும்புகிறதோ அதையே சாட்சிகளாக கூற வேண்டிய கட்டாயத்தில் இருப்பவர்கள். அதைத் தவிர அவர்களுக்கு வேறு வழியில்லை.

குற்றஞ்சாட்டப்பட்ட பகதூர் ஷா மன்னராக தன்னை 1858 மே 11 அன்று அறிவித்தார். அது தொடர்பான சம்பவங்களை விவரிக்கையில்,

மிர்ஷா மொகல் வெளிப்படையாக தலைமைத் தளபதியாக நியமிக்கப்பட்டார். அவரை கௌரவப்படுத்தும் வகையில் ஊர்வலம் ஒன்று அரசின் சார்பில் நடத்தப்பட்டது. சுபேதார் பக்த் கான் 11-7 1857 அன்று கவர்னர் ஜெனரலாக நியமிக்கப்பட்டார். இந்நியமனங்களை அரசர் முறைப்படி செய்திருக்கிறார். பகதூர் ஷா 6-9-1857- இல் கையெழுத்திட்ட அதிகாரப் பூர்வமான நியமனப் பத்திரம் நீதிமன்றத்திடம் அளிக்கப்பட்டது.

நான்காவது குற்றச்சாட்டு சண்ணிலால் என்ற செய்தியாளர் குலாபா என்ற பியூனை, யார் ஐரோப்பியர்களைக் கொல்லும் படி ஆணையிட்டது என கேட்டபோது வேறு யார் இத்தகைய உத்தரவைத் தர இயலும். மன்னர்தான்" என்று பதிலளித்தாராம். இந்த சாட்சியத்தின் அடிப்படையில் நான்காவது குற்றச்சாட்டு.

'நீதிமன்ற குறிப்புகள்' என்று தலைப்பிடப்பட்ட சில காகிதங்களில் மன்னரின் ஒப்புதலுடன் 49 ஐரோப்பியர்கள் கொல்லப்பட்டதாக எழுதியிருந்தது. இதுவும் சாட்சியமாக ஏற்றுக் கொள்ளப்பட்டது.

மேலும் மன்னர் தன் தர்பாரில் அமர்ந்திருந்த போது 49 வெள்ளைக்கார கைதிகளையும் வெட்டிக் கொல்லப் படுவதற்காக தங்களிடம் ஒப்படைக்க வேண்டும் என்று ராணுவம் கோரிய தாம். மன்னரும் அதனை ஏற்றுக் கொண்டு

'ராணுவம் விருப்பப்படி செய்து கொள்ளட்டும்' என்று கூறி ஒப்படைத்த பின் அவர்கள் கொல்லப்பட்டிருக்கிறார்கள்.

இம்மாதிரி வாய்மொழி சாட்சிய தொகுப்புகள் தவிர கட்ச் அரசர், ஜெய்சால்மர் அரசர், ஜம்மு அரசர் ஆகியோருக்கு அனுப்பிய சுற்றறிக் கையின் நகலும் நீதிமன்றத்தில் தாக்கல் செய்யப்பட்டன.

குற்றவாளியே!

அட்வகேட் ஜெனரலின் வாதத்திற்கு பின் நீதிமன்றம் கலைந்து 29-3-1858-ல் தீர்ப்பு சொல்வதற்கு கூடியது.

இந்நீதிமன்றத்தின் முன் தாக்கல் செய்யப்பட்ட சாட்சியங்களின் அடிப்படையில் டெல்லியின் முன்னாள் மன்னர் பகதூர் ஷா மீது சாட்டப்பட்ட ஒவ்வொரு குற்றத்தையும் நீதிமன்றம் உண்மையெனக் கருதுகிறது.

நீதிமன்றத்தின் கருத்தை மேஜர் ஜெனரல் பென்னி 2-4-58ல் சகரன் முகாமில் இருந்து உறுதி செய்தார்.

ராணுவ வழக்கப்படி எல்லா தஸ்தாவேஜ்களும் பஞ்சாப் தலைமை கமிஷனர் சர் ஜான் லாரன்ஸிடம் அளிக்கப்பட்டன. பரிசீலனை செய்தபின் பகதூர் ஷாவை ஆயுட் காலத்திற்கும் நாடு கடத்த அரசுக்கு சிபாரிசு செய்தார்

இந்த வழக்கு சில முக்கிய கேள்விகளை எழுப்புகிறது

சர்வதேசசட்டப்படி, ஓர் அரசனை சாதாரண குடிமகனைப் போல விசாரிக்க இயலுமா? சந்தேகமின்றி பகதூர் ஷா நன்கு அறியப்பட்ட மன்னன். தன் எல்லைக்குள் - அது சிறியதாக இருப்பினும் தான் விரும்பியதை செய்ய அவருக்கு உரிமை யில்லையா?

1857 - க்கு முன்னர் பிரிட்டிஷார் இந்தியாவை ஆளவு மில்லை. பென்ஷன் பெற்றது உண்மைதான் எனினும் பகதூர்

ஷா அவர்களின் பிரஜையுமல்ல. சர்வதேசச் சட்டப்படி அவர் ஒரு மன்னர் தான். 1857 சுதந்திரப் போரில் நடந்தவைகளின் விளைவாக டெல்லி மட்டும் கிழக்திந்திய கம்பெனி ஆட்சிக்கு உட்படாமல் தனித்து நின்றது. டெல்லியின் அரசர் அவர். எனவே துரோகி என்று குற்றம் சாட்டி அவரை விசாரித்தது செல்லுபடியாகுமா?

அரசு தரப்பு போதுமான அளவு தஸ்தாவேஜ்களை குற்றத்தை நீரூபிப்பதற்காக நீதிமன்றத்திடம் தாக்கல் செய்த போதிலும் அவை நிரூபிக்கப்படவில்லை. அல்லது குறுக்கு கேள்வி மூலம் அவை சட்டப்படி சோதிக்கப்படவில்லை. பகதூர் ஷா குறுக்கு விசாரணை செய்யும் நிலையில் இல்லை. அவருக்கு சட்ட உதவிகளும் அளிக்கப்படவில்லை. நாட்டின் நிலை என்னவென்றால் சட்டம் அறிந்தவர் எவரும் கூட பகதூர் ஷாவுக்கு உதவ முன்வரவில்லை. மறு தரப்பு வாதம் என்ன. வென்றே அறியாத நிலையில் தீர்ப்பு சொல்லப்பட்டது.

நாடகம்:

பகதூர் ஷா தோல்விக்குப் பின் டெல்லி கொண்டு வரப்பட்ட விதமும், சாட்சியங்கள் பதிவு செய்யப்பட்ட விதமும் முழு விசாரணையுமே ஒரு நாடகமே என உணர்த்தின. விசாரணையை எதிர்கொள்ளும் நிலையில் கூட அவர் இல்லை. அவர் மிகவும் முதுமையடைந்திருந்தார். அவரது வயது 82 அவரது மனைவி உட்பட எல்லா நண்பர்களும் அவரை கை கழுவிவிட்டனர். அவரைதேவையின்றி, நியாயமின்றி எல்லோருமே தாக்கினார்கள்.

விசாரணை இரு மாதங்களுக்கு நடைபெற்றது. முடிவு எல்லோரும் அறிந்ததே. 29-3-1858ல் தீர்ப்பு சொல்லப்பட்டது எல்லாக் குற்றங்களும் நிரூபிக்கப்பட்டன. ஆயுட்கால நாடுகடத்தல் தண்டனை விதிக்கப்பட்டு ரங்கூனுக்கு அனுப்பப்பட்டார்.

அவருடன் அவரது இளைய மகன் ஜவான் பக்த் (இவர் பகதூர் ஷாவின் வைப்பாட்டிக்கு பிறந்தவர்) அவரை வெறுத்துப் போய் அதே நேரத்தில் வேறு வழியின்றி சென்ற மனைவி ஜீனத் மஹல் ஆகியோர் ரங்கூன் சென்றனர். டெல்லியை விட்டு அக்டோபரில் கிளம்பினர்.

பகதூர் ஷா 1862 நவம்பர் 7ல் ரங்கூனில் காலமானார். பகதூர் ஷா ரங்கூன் சென்றதுடன் இந்தியாவில் முகலாய ஆட்சி வீழ்ந்தது. அத்துடன் கிழக்கிந்திய கம்பெனியின் சகாப்தமும் முடிவுற்றது.

✦ ✦ ✦

சிதம்பரனார்

'கப்பலோட்டிய தமிழன்' என்று பெயர் பெற்ற வ. உ. சிதம்பரனார் ஓட்டப்பிடாரத்திலும், தூத்துக்குடியிலும் வழக்கறிஞர் தொழிலை நடத்தி வந்த முப்பது வயது இளைஞர். தமிழ் பற்றும் தேசபக்தியும் தெய்வ பக்தியும் நிறைந்த செல்வந்தர். இவரது தந்தை வழக்கறிஞர் உலகநாதப் பிள்ளை ஆவார்.

காங்கிரஸ் கட்சியின் மீதும், சுதேசி இயக்கத்திலும் பற்று கொண்ட வ. உ. சி. தூத்துக்குடியில் தருமசங்கம் என்ற நெசவுச் சாலையையும், சுதேசிப்பண்டகசாலை ஒன்றையும் நிறுவி, மக்களுக்கு சுதேசி உணர்வை ஊட்டினார்.

ஹார்வி மில் போராட்டம் :

தூத்துக்குடி கோரல்மில் (ஹார்விமில்) நிர்வாகம், தன் பங்குதாரர்களுக்கு 90 சதவிகிதம் லாபப்பங்கீடு (டிவிடெண்ட்) கொடுத்து விட்டு, ஆலையில் பணியாற்றும் தொழிலாளர் இரண்டாயிரம் பேருக்கு அரைவயிற்றுக் கஞ்சிக்கும் போதாத மிகக் குறைந்த ஊதியத்தை வழங்கியதால், தொழிலாளர்கள் வேலை நிறுத்தத்தில் ஈடுபட்டனர். கோரல் மில் நிர்வாகம் ஆங்கிலேயர்களிடம் இருந்ததால் அவர்கள் தொழிலாளர்கள் கோரிக்கைக்கு இணங்கவில்லை. ஊதிய உயர்வு கோரிப் போராடிய தொழிலாளர்கள் பட்டினியால் வாடினர்.

வ. உ. சி மில்தொழிலாளர்கள் துயர் துடைக்க, தூத்துக்குடியில் நிதி திரட்டினார். சுமார் ஆயிரம் தொழிலாளருக்கு நெசவுச் சங்கத்தில் வேலை கொடுத்து ஆதரித்தார். தினசரி தொழிலாளர் கூட்டத்தைக் கூட்டி ஆலை நிர்வாகத்தைக் கண்டித்து அனல் பறக்கும் சொற்பொழிவுகளை ஆற்றினார்.

தூத்துக்குடி மக்கள் மத்தியில் பெரும் பரபரப்பும், ஆங்கிலேயர்கள் மீது கடும் வெறுப்பும் ஏற்பட்டது. இதனால் அஞ்சி நடுங்கிய ஆங்கில அதிகாரிகளும், ஆலை நிர்வாகிகளும் இரவு நேரங்களில் தூத்துக்குடி நகரில் தங்குவதற்கே பயந்து துறைமுகத்தில் நிறுத்தப்பட்ட கப்பல்களில் தங்க ஆரம்பித்தனர்.

தொழிலாளர் போராட்டம் நீடித்தது. மதுரையில் அதே நிர்வாகத்தின் கீழிருந்த ஹார்வி மில்லுக்கும் வேலை நிறுத்தம் பரவியது. அதன் பின்னர் தான் ஆலை நிர்வாகம் பணிந்து, தொழிலாளர் பிரதி நிதிகளோடு ஒப்பந்தம் செய்ய முன் வந்தது!

தமிழகத்திலேயே முதன் முதலாக நடந்த வெற்றிகரமான தொழிலாளர் போராட்டம் வ. உ. சி. யின் தலைமையில் நடந்த 'கோரல் மில்' தொழிலாளர் போராட்டம் தான்!

துணி எரிப்பு :

1905-ல் வங்கப் பிரிவினைக்கு வித்திடப்பட்டது. நாடே கொதித்து எழுந்தது! வங்கத்தில் அரவிந்த கோசும் மராட்டியத்தில்

திலகரும், பஞ்சாபில் லாலா லஜபதிராயும் பொங்கி எழுந்து போராட்டம் நடத்தினர்.

தமிழகத்தில் வ. உ. சி. முன்னின்று போராடினார். அன்னியத் துணிகளை வீதியில் கொட்டி எரிக்கும் சுதேசிப் போராட்டத்தை தூத்துக்குடியில் நடத்தினார்.

கப்பல் கம்பெனி :

அக்காலத்தில் தூத்துக்குடி துறைமுகத்திலிருந்து இலங்கை முதலிய நாடுகளுக்கு சரக்குகளையும் பிரயாணிகளையும் ஏற்றிச்செல்லும் கப்பல்கள் 'பிரிட்டிஷ் இந்தியா ஸ்டீம் நாவிகேஷன் கம்பெனி' என்ற பிரிட்டிஷ் கப்பல் கம்பெனியாரிடமே இருந்தன. ஆங்கிலேயரே ஏகபோகமாக கப்பல் வியாபாரம் செய்து வந்ததால், தூத்துக்குடி வியாபாரிகளை மதிக்காமல் தாங்கள் இட்டதே சட்டமெனச் செயல்பட்டு வந்தனர். விருப்பம் போல் கட்டணங்களை உயர்த்தி பயணிகளையும், வியாபாரிகளையும் சுரண்டி வந்தனர்!

மக்களும், வியாபாரிகளும் ஆங்கிலேயரின் அடாவடித் தனத்தைப்பற்றி வ. உ. சி யிடம் முறையிட்டனர்.

பிரிட்டிஷாரின் அரசியல் ஆதிக்கத்தை ஒழிக்க, அவர்களது பொருளாதார ஆதிக்கத்தையும் பொடிப் பொடியாக்க வேண்டும் என்று உணர்ந்த வ. உ. சி. இந்தியாவில் எந்தத் தலைவரும் எண்ணிக்கூடப் பார்க்காத இமாலயச் சாதனையை செய்தே தீருவது என்று துணிந்தார். சுதேசிக் கப்பல் கம்பெனி ஒன்றைத் துவங்கத் திட்டமிட்டு தன் குடும்பப்பணம் முழுவதையும் போட்டு 1905 ஆம் ஆண்டில் கம்பெனியை ஆரம்பித்தார்

தூத்துக்குடி வியாபாரி பக்கிரி முகமது ராவுத்தர் தான் முதன் முதலில் துணிந்து வ. உ. சி. யிடம் கப்பல் கம்பெனிக்காக பணம் கொடுத்தார். பல வியாபாரிகள் முன் வந்தனர்.

இந்தப் பணத்தைக் கொண்டு 'ஷாலைன்' 'இப்ஸ்விச்' என்ற இரண்டு கப்பல்களை வாடகைக்கு அமர்த்தித் தொழிலைத் துவக்கினார். பாலவநத்தம் ஜமீன் தார் பாண்டி துரைத் தேவரும்,

தூத்துக்குடி கோபால்சாமி நாயுடுவும், சிவா குடும்பத்தினரும் சுதேசி கப்பல் கம்பெனியின் பங்குகளில் கணிசமான பங்குகளை வாங்கினர் பங்கு ஒன்றுக்கு பத்து ரூபாய் வீதம் பத்து லட்ச ரூபாய் மூலதனத்துடன் சுதேசி கப்பல் கம்பெனி 1906 அக்டோபர் 16 ஆம் தேதியன்று பதிவு செய்யப்பட்டது.

மதுரை, ராமநாதபுரம், திருநெல்வேலி மாவட்ட மக்கள், குறிப்பாக தாய்மார்கள் வ. உ. சி. அவர்கள் மீது கொண்ட பக்தியின் காரணமாக தங்களின் சிறு சிறு சேமிப்புத் தொகைகளைக் கூட சுதேசிக் கப்பல் கம்பெனியில் முதலீடு செய்தனர்.

வெளி நாடுகளிலிருந்தும், வட இந்தியாவிலிருந்தும் கூட பங்குத் தொகைகள் வந்து குவிந்தன.

தென்னாப்பிரிக்காவில் வசித்து வந்த எஸ் வேதமூர்த்தி முதலியார் என்ற தமிழ்ச் செல்வந்தர் கணிசமான ஒரு தொகையை சுதேசி கப்பல் கம்பெனிக்கு அனுப்பி வைத்தார். இரு சொந்தக் கப்பல்கள் வாங்கப்பட்டன.

சுதேசிக் கப்பல் கம்பெனியின் தோற்றம் ஆங்கிலேயரை பெரிதும் அச்சுறுத்தியது. வ உ சி.யை பலவகையில் மிரட்டியும், அச்சுறுத்தியும் பார்த்த ஆங்கிலேயர், எதுவும் பலிக்காமல் போகவே, இறுதியில் சிதம்பரனார் இந்த முயற்சியிலிருந்து ஒதுங்கிக் கொள்ள சம்மதித்தால் அவருக்கு ஒரு லட்சம் ரூபாய் லஞ்சம் கொடுப்பதாகப் பேரம் பேசிப் பார்த்தனர்!

பேரம் பேச வந்தவர்களைக் காரி உமிழ்ந்து அனுப்பி விட்டு, கப்பல் கம்பெனியின் முன்னேற்றத்திற்காக அல்லும் பகலும் பாடுபட்டார் சிதம்பரனார்.

அரசியல் ஈடுபாடும் கப்பல் கம்பெனியும் :

1907 ஆம் ஆண்டில் சூரத் நகரில் நடந்த காங்கிரஸ் மகா சபைக்கு பாரதியார், சுப்பிரமணியசிவா, விஜயராகவாச்சாரியார் முதலிய நண்பர்களோடும், 200 பிரதிநிதிகளோடும் விசேச ரயில் மூலம் புறப்பட்டுச் சென்ற வ. உ. சிதம்பரனார், திலகரின்

தீவிரவாத அரசியலை ஆதரித்தார். லாலாலஜபதிராய், விபின் சந்திரபால், அரவிந்த கோஷ் ஆகியோரின் நட்பையும், அரசியல் தோழமையையும் பெற்று திலகரின் சீடராகத் தமிழகம் திரும்பிய வ. உ. சிதம்பரனாரின் மீது போலீசாரின் பார்வையும் சற்று ஆழமாக விழுந்தது.

சுதேசி கப்பல் கம்பெனியின் போட்டியைச் சமாளிக்க பிரிட்டிஷ் கப்பல் கம்பெனி பல தந்திரகளைக் கையாண்டது பயணிகள் கட்டணத்தையும், சரக்கேற்றிச் செல்லும் கட்டணத்தையும் பாதியாகக் குறைத்தது. இதனால் சுதேசிக் கப்பல் கம்பெனியின் வியாபாரம் பெரிதும் பாதித்தது.

எல்லாத் துன்பங்களுக்கும் மூலகாரணம், கம்பெனியின் நிர்வாகத் தலைவராக இருக்கும் சிதம்பரனார் தீவிர அரசியல் ஈடுபாடுதான் என்று கருதிய சுதேசி கப்பல் கம்பெனி நிர்வாகக் குழுவினர், 'கம்பெனியின் நன்மையைக் கருதி சிதம்பரனார் அரசியலில் ஈடுபடக் கூடாது' என்று வற்புறுத்தும் தீர்மானம் ஒன்றை நிறைவேற்றினர்.

இதனால் மனம் நொந்த சிதம்பரனாரை பிரிட்டிஷ் அரசாங்கமும் பல வழிகளில் பதம் பார்க்க முனைந்தது.

தடையை மீறி ஊர்வலம் :

வங்கத்தின் தீவிரவாதத் தலைவர்களில் ஒருவரான விபின் சந்திரபால், அலிப்பூர் சதிவழக்கில் அரவிந்தருக்கு எதிராகச் சாட்சி சொல்ல மறுத்து ஆறுமாதசிறை தண்டனை விதிக்கப் பட்டார்.

அவர் விடுதலையாகும் 1908 மார்ச் 9ம் தேதியை நாடெங்கும் விடுதலை தினமாகக் கொண்டாடுவதென்று தேசபக்தர்கள் தீர்மானித்தனர். நெல்லை மாவட்டத்திலும் சிதம்பரனார் அதற்கான ஏற்பாடுகளைச் செய்து வந்தார்!

இதை அறிந்த அரசு அதிகாரிகள் மார்ச் 9ம் தேதியன்று தூத்துக் குடியில் ஊர்வலமோ பொதுக்கூட்டமோ நடத்தக் கூடாது என்று தடை விதித்தனர்.

ஆனால், சிதம்பரனார் அதைக்கண்டு சற்றும் அயரவில்லை. திருநெல்வேலியில் அதே நாளில் கூட்டத்தை நடத்த ஏற்பாடு செய்தார். நெல்லையிலும் தடையுத்தரவை விதித்தார் மாவட்ட கலெக்டர் விஞ்ச் துரை!

ஆனால், சிதம்பரனாரும் சிவாவும் தடையுத்தரவை மீறி மார்ச் 9 ஆம் தேதியன்று விபின் சந்திரபாலின் விடுதலைத் திருநாள் கூட்டத்தை சிறப்பாக நடத்திச் சிங்கமென முழங்கினர். பல்லாயிரக் கணக்கான மக்கள் பங்கு பெற்ற ஊர்வலம் ஒன்றும் நடந்தது.

இப்படி நெல்லை மாவட்டம் வங்க மாநிலத்தையும் மிஞ்சும் வகையில் சுதந்திர ஆவேசம் கொண்டு விளங்கிற்று.

மறைமுகமான புறக்கணிப்பு :

பிரிட்டிஷ் அரசுக்கு ஆதரவளிக்கும் இந்தியர்களுக்கு வீட்டு வேலைக்கு ஆள் கிடைக்க மாட்டார்கள். சவரம் செய்வதற்கு சவரத் தொழிலாளி மறுப்பார். சலவைத் தொழிலாளி சலவை செய்ய மறுத்து ஒதுங்கி விடுவார். இப்படி யாருமே சொல்லாமல் மக்களே ஒரு மறைமுகமான ஒத்துழையாமை இயக்கத்தைத் துவக்கி நடத்தி வந்தனர்.

மக்கள் எழுச்சியைக் கண்டு கிலியுற்ற பிரிட்டிஷ் அரசாங்கம் சிதம்பரனாரையும், சிவாவையும் எப்படியாவது கைது செய்தே தீர வேண்டும் என்று முடிவு செய்தது.

தூத்துக்குடியில் வைத்துக் கைது செய்தால் மக்கள் கலகம் செய்வார்கள் என்று அஞ்சிய மாவட்ட கலெக்டர் விஞ்ச்துரை, உடனே தம்மைச் சந்திக்குமாறு வ. உ. சி., சிவா ஆகியோருக்கு அழைப்பு விடுத்தார்.

சிதம்பரனாரும், சுப்பிரமணிய சிவாவும் 1908 மார்ச் 12-ஆம் தேதியன்று திருநெல்வேலிக்குச் சென்று கலெக்டர் விஞ்ச் துரையைச் சந்தித்தனர். அப்போது கலெக்டருக்கும் சிதம்பரனாருக்கும் கடும் வாக்குவாதம் ஏற்பட்டது!

கைது :–)

சிதம்பரனாரும் சிவாவும் நெல்லை மாவட்டத்தை விட்டு உடனே வெளியேறச் சம்மதிக்கவேண்டும்; அரசியல் கிளர்ச்சிகளில் ஈடுபடுவதில்லை என்று நன்னடத்தை ஜாமீன் தரவேண்டும் என்று கலெக்டர் விஞ்ச் ஆணவத்தோடு உத்தர விட்டார்.

'அதற்கு வேறு ஆளைப்பார் என்று மறுத்துவிட்டு எழுந்தார் சிதம்பரனார். அதனால் கலெக்டர் முன்னிலையிலேயே சிதம்பரனாரும், சிவாவும் கைது செய்யப்பட்டனர். சிதம்பரனாரின் வீட்டையும் தூத்துக்குடியில் போலீசார் சோதனையிட்டு சில கடிதங்களைக் கைப்பற்றினர்.

சிதம்பரனாரும், சிவாவும் கைது செய்யப்பட்ட செய்தி திருநெல்வேலி நகரில் காட்டுத்தீ போல் மூலை முடுக்கெல்லாம் பரவியது!

நெல்லை கொதித்தது :

மறுநாளான மார்ச் 13ம் தேதியன்று கடைகள் அனைத்தும் அடைக்கப்பட்டன. மாணவர்கள் பள்ளிக்கும் கல்லூரிக்கும் செல்லாமல் தலைவர்களை விடுதலை செய்யக்கோரி ஊர்வலம் புறப்பட்டனர்.

தேசபக்தர்களின் கோபம் அளவு கடந்தது. திருநெல்வேலி இந்துக்கல்லூரி மாணவர்கள் கடுங்கோபத்தோடு வகுப்புக்களை விட்டு வெளியேறி வீதியில் புகுந்து கோஷம் போட்டவாறே ஊர்வலமாகச் சென்றனர்.

'சிதம்பரனாரையும், சிவாவையும் அடைத்து வைத்துள்ள பாளையங்கோட்டை சிறைச்சாலையை உடைத்து நொறுக்கி விட்டு அவர்களை மீட்டுவருவோம்' என்று இளைஞர் கூட்டம் ஒன்று கிளம்பியது!

முனிசிபல் ஆபீஸ், சப்ரிஜிஸ்டிரார் அலுவலகம், நகரசபை எண்ணெய்க் கிடங்கு ஆகியவற்றைத் தாக்கி நெருப்பிட்டது ஒரு கும்பல். எங்கு நோக்கினும் மக்கள் வெள்ளம்! ஆவேசமும், ஆர்ப்பாட்டமும் அளவு கடந்தன!

போலீசார் நிலைமையைச் சமாளிக்க முடியாமல் தடுமாறினார்கள். தலைமைப் போலீஸ்காரர் குருநாத ஐயர் என்பவர் தேசபக்தர்களோடு சேர்ந்து கொண்டு தலைவர்களை விடுதலை செய் என்று கோஷமிட்டார்! அதனால் பின்னர் வேலையை இழந்தார்!

ஆஷ் துரை :

துணை கலெக்டர் ஆஷ்துரை என்பவன் அப்போது பெரும் போலீஸ் படையோடு களத்தில் இறங்கினான். வீதியில் கூடிய மக்களை கண் மண் தெரியாமல் தடியடி செய்து கலைந்தோட வைத்தான்! கலைய மறுத்த மக்களை துப்பாக்கியால் சுட்டுப் பொசுக்கினான்!

இந்த ரகளையில் 4 பேர் மரணமடைந்தனர். துப்பாக்கி சூட்டில் உயிரிழந்த நால்வரின் பிணங்களும் அன்று மாலைவரை சாலையோரத்திலேயே கிடந்தன. அவற்றை அப்புறப்படுத்தக் கூட ஆஷ்துரை அனுமதிக்கவில்லை!

அதைப் பார்த்தாவது கலகம் செய்கிறவர்களுக்கு புத்தி வரட்டும் என்று கொக்கரித்தான்!

மறு நாள் தூத்துக்குடிக்கும், தச்ச நல்லூருக்கும் கலகம் பரவியது. தொடர்ந்து 4 நாட்கள் வரை கலவரம் நீடித்தது!

இதனால் ரிசர்வ் போலீஸ் படையை வரவழைத்து கலவரத்தை அடக்கினர். கலவரம் நடந்த பகுதி மக்களே ரிசர்வ் போலீசாரின் செலவை ஈடுகட்ட வேண்டும் என்று கூறி தண்டத் தீர்வையும் விதித்தான் ஆஷ்துரை!

தூத்துக்குடியில் வசித்து வந்த ஆங்கிலேயர்கள் இரவு நேரங்களில் தங்கப் பயந்து, தூத்துக்குடிக்கு அருகில் உள்ள முயல் தீவுக்கு படகில் சென்று தங்கிவிட்டு பகலில் மட்டும் நகருக்குள் தக்க பாதுகாப்போடு வந்து போயினர்!

பாரதியார் கண்டனம்:

சிதம்பரனாரும், சிவாவும் கைது செய்யப்பட்டதை அறிந்த பாரதியார் சென்னையிலிருந்து திருநெல்வேலிக்கு

வந்து அவர்களைப் பார்த்துவிட்டுச்சென்று, 'இந்தியா' பத்திரிகையில் காரசாரமாகக் கட்டுரை எழுதினார்.

திருநெல்வேலி, தூத்துக்குடி, தச்சநல்லூர் கலவரங்களில் ஈடுபட்டவர்கள் என்று கூறி சுமார் நூறு பேரைக் கைது செய்து காவலில் வைத்து சித்திரவதை செய்ய ஏற்பாடு செய்தான் துணை கலெக்டர் ஆஷ்! அனைவர் மீதும் வழக்குத்தொடரப்பட்டு, பல்வேறு தண்டனைகளும் வழங்கப்பட்டன!

விசாரணை:

வ. உ. சிதம்பரனார், சுப்பிரமணியசிவா ஆகியோர் மீது தொடரப்பட்ட தூத்துக்குடி சதிவழக்கு திருநெல்வேலி அடிஷனல் செஷன்ஸ் கோர்ட்டில், விசேச நீதிபதி ஏ.எப். பின்ஹே என்பவர் முன்னிலையில் 1908 மார்ச் மாதம் 28-ஆம் தேதியன்று விசாரணைக்கு வந்தது.

குற்றம்:

1908-ஆம் ஆண்டு பிப்ரவரி மாதம் 23, 26, ஆம் தேதிகளிலும், மார்ச் 1,3 தேதிகளிலும் சிதம்பரனார் தூத்துக்குடி, திருநெல்வேலி ஆகிய இடங்களில் பேசிய பேச்சுக்கள் ராஜத்துவேஷமானவை என்றும், இந்திய மக்களை பிரிட்டிஷ் மக்களுக்கும், மன்னர் பிரானுக்கும் எதிராகத் தூண்டி விட்டு போர் புரிய ஆயத்தம் செய்யக் கூடியவை என்றும்,

ராஜத்துவேஷப் பேச்சாளரும் கலகக்காரருமான சுப்பிரமணிய சிவாவுக்கு தங்கும் இடமும், உணவும் அளித்துக் காப்பாற்றி இந்தியன் பீனல்கோடு 155-ஏ பிரிவுப்படி சிதம்பரனார் குற்றம் செய்திருக்கிறார் என்றும், சிதம்பரனாரும் சிவாவும் சேர்ந்து பிரிட்டிஷ் ஆட்சிக்கு எதிராக சதி செய்தார்கள் என்றும் போலீசார் குற்றம் சாட்டினர்.

சுப்பிரமணிய சிவாவின் மீதும் ராஜத்துவேஷ சொற்பொழிவுக்காகத் தனிக்குற்றப் பத்திரிகையை தாக்கல் செய்தனர்.

தேச துரோகமான பேச்சுகள்:

ராஜத்துவேஷமான பேச்சுக்கள் என்று போலீஸ் தரப்பில் கூறப்பட்ட சிதம்பரனாரின் பேச்சுக்கள் வருமாறு:

"மக்கள் ஒன்று சேர்ந்தால் வெள்ளையரை விரட்டி விடலாம். நாம் அனைவரும் ஒன்று சேர்ந்து விட்டோம் என்று தெரிந்தாலே போதும். வெள்ளையர்கள் தாமாகவே மூட்டை முடிச்சுகளைக் கட்டிக் கொண்டு வெளியேறி விடுவார்கள்!"

"இந்தியாவில் மிஞ்சிப் போனால் மொத்தம் 50 ஆயிரம் வெள்ளையர்கள் தான் இருப்பார்கள். அவர்களை பலாத்காரமாக நாம் வெளியேற்ற முடிவு செய்தால் அது மிகவும் எளிதான காரியம்தான்! ஆனாலும், நாம் பலாத்காரத்தில் ஈடுபடக்கூடாது. அதே சமயத்தில் வெள்ளையரைக் கண்டு நாம் அஞ்ச வேண்டியதும் இல்லை!"

"இந்தியர்களாகிய நாம், ஏற்கெனவே தீர்மானித்தபடி பிரிட்டிஷ், துணி, சர்க்கரை, எனாமல் பாத்திரம் முதலிய பொருட்களை வாங்காமல் பகிஷ்கரித்தால் ஆங்கிலேயர்கள் தாமாகவே இந்தியாவிலிருந்து வெளியேறி விடுவார்கள்."

"இன்னும் பிரிட்டிஷ் கப்பல் கம்பெனிக்கு சிலர் உதவி செய்கிறார்கள். இனிமேல் நான் அவர்களைக் கேட்கப் போவதில்லை. சிலர் என்னிடமேவந்து, நாட்டுப் பற்று இல்லாத பிரிட்டிஷ் ஆதரவு வியாபாரிகளுக்கு கெடுதல் செய்யப்போவதாகவும், அதனால் தங்களுக்கு என்ன நேர்ந்தாலும் கவலையில்லை என்றும் கூறினார்கள் நான் தான் அவர்களை சமாதானப்படுத்தி தடுத்தேன்,"

"சவரத் தொழிலாளாகள் அன்னியத்துணி அணிந்தவர் களுக்கும், அன்னிய ஆதரவாளர்களுக்கும் தாங்கள் இனிமேல் சவரம் செய்வதில்லை என்று உறுதியெடுத்து, சத்தியம் செய்திருக்கிறார்கள். அன்னியத்துணி அணிந்தவர்கள் வந்தால் அவர்களுடைய தலையை கத்தியால் தொட்டுவிட்டு சும்மா அனுப்பி விடுவோம் என்றும் கூறியிருக்கிறார்கள்! இந்த உணர்வு மற்ற தொழிலாளர்களுக்கும் வந்தால் பிரிட்டிஷ் காரர்களால் இந்த நாட்டில் 4 நாள் தாக்குப்பிடிக்க முடியுமா?"

"சுய ஆட்சியைத் தவிர அன்னிய ஆட்சியை விரும்பு கிறவர்கள் உண்டா ? வருவதெல்லாம் வரட்டும். நாம் எதற்கும் அஞ்சாமல் கடமையைச் செய்வோம். வெற்றி நிச்சயம்!"

வழக்கு விசாரணை சுமார் இரண்டு மாத காலம் நடந்தது. சிதம்பரனாருக்காகவும், சுப்பிரமணிய சிவாவுக்காகவும் துவக்கத்தில் தஞ்சை என்.கே.ராமசாமி ஐயரும் பின்னர் சடகோபாச்சாரியாரும் வாதாடினர்.

அரசுத்தரப்பில் பாரிஸ்டர்ரிச்பண்ட் என்பவர்வழக்காடினார். ஏராளமான சாட்சிகள் விசாரிக்கப்பட்டனர்.

பாரதியார் சாட்சியம்:

சிதம்பரனார்தரப்பில் மகாகவி பாரதியார் நீதிமன்றத்துக்கு வந்து சாட்சியம அளித்தார். பாரதியார் கோர்ட்டுப் படியேறியது அதுதான் முதலும் கடைசியுமான சந்தர்ப்பம்!

வழக்கு விசாரணை முடிந்து 1908 ஜுலை மாதம் 7 ஆம் தேதியன்று நீதிபதி பின்ஹே தீர்ப்புக் கூறினார்.

தண்டனை:

ராஜத்துவேஷ குற்றத்திற்கு ஓர் ஆயுள் தண்டனையும் சிவாவுக்கு உதவிய குற்றத்திற்கு மற்றுமோர் ஆயுள் தண்டனையுமாக மொத்தம் 40 ஆண்டு தீவாந்திர சிட்சை தண்டனை வழங்கி, இரண்டையும் அடுத்தடுத்து அனுபவிக்க வேண்டும் என்றும் தீர்ப்பளித்தார் நீதிபதி பின்ஹே!

சுப்பிரமணிய சிவாவுக்கு 10 ஆண்டு சிறைத்தண்டணை விதிக்கப்பட்டது.

நீதிபதி பின் ஹேயின் தீர்ப்பின் சுருக்கம்;

"சிதம்பரம்பிள்ளை சுதேசித் தொழில் வளர்ச்சிக்கு பாடுபடுவதாக நடித்துக் கொண்டு ஆங்கிலேயர்களுக்கும் இந்தியர்களுக்கும் இடையே இனப்பகைமையை தூண்டி விட்டார் என்ற குற்றச்சாட்டை மறுப்பதற்கில்லை. சிதம்பரம் பிள்ளை மிகப்பெரிய ராஜத்துரோகி, அவரது எலும்புக்கூடு கூட

ராஜவிசுவாசத்திற்கு விரோதமானது. சுப்பிர மணியசிவா அவரது கையில் அகப்பட்ட ஒரு கோல்தான், திருநெல்வேலி குழப்பத்திற்கும், கலவரத்திற்கும் இவர்கள் இருவருமே காரணம்!””

பிள்ளை கைத்தொழில் வளர்ச்சிக்குப் பாடுபடுவதாகக் கூறிக் கொண்டே மக்களுக்கு சுதந்திரப் போருக்கான வழி முறைகளையே போதித்து வருகிறார்.

இந்தியாவில் அரசியல் பேச இந்தியர்களுக்கு அவசியமே இல்லை. ஏனென்றால் பிரிட்டிஷ்காரர்களுக்கு இருப்பது போல இந்தியர்களுக்கு வாக்குரிமை இல்லை. அரசாங்கம் ஒரு சட்டத்தை இயற்றினால் அதை மாற்றவோ. திருத்தவோ இந்தியர்களை சட்டம் அனுமதிக்கவில்லை! நேரடி நடவடிக்கைகளில் இறங்கவும் சட்டம் அனுமதிக்கவில்லை.

இந்தியர்கள் தனியாகக் கூடிப்பேசி அரசாங்கத்துக்கு மகஜர்கள் அனுப்பலாம்! ஆனால், அந்த மகஜர்களையும் அரசாங்கம் கவனித்துத்தான் ஆகவேண்டுமென்ற கட்டாயம் ஒன்றும் இல்லை!

இங்கிலாந்தில் அரசியல் விஷயமாகப் பேசுகிறவன் தன்னுடைய வாக்காளர்களைப் பார்த்துப் பேசுகிறான். அவர்களுக்கு வாக்களிக்கும் உரிமை இருக்கிறது. அந்த வாக்கை அடுத்த தேர்தல் வரும்போது தனக்குச் சாதகமாக போடும்படி தூண்டும் நோக்கத்துடன் பேசுகிறான். அதில் தவறில்லல.

ஆனால், இந்தியாவில் அம்மா திரி செய்ய சந்தர்ப்பம் ஏதும் கிடையாது! அப்படியிருக்க, திருநெல்வேலியிலும் தூத்துக்குடி யிலும் உள்ள சாதாரண மக்களை, வாக்குரிமையே பெறாத, இல்லாத மக்களை ஒருவன் கூட்டி வைத்துப் பேசுவது பைத்தியக் காரத்தனம்! ஏனென்றால் இவன் சொல்வதை நிறைவேற்ற அவர்களுக்கு சக்தியில்லை. சட்டரீதியான உரிமையும் இல்லை!

பின், வேறு எதற்காக மக்களைக் கூட்டி வைத்து அரசியல் பேசவேண்டும்?

மக்கள் கூட்டத்தின் ஒரே சக்தியை உபயோகிக்க வேண்டும் என்பதுதான் நோக்கமாக இருக்கும்! அதாவது ஒவ்வொரு மனிதனின் உடல் பலத்தை பலரோடு கூட்டாகச் சேர்ந்து உபயோகிக்கும்படி தூண்டி விடுவதற்காகத்தான் பேசவேண்டும். சிதம்பரம் பிள்ளையும், சுப்பிரமணிய சிவாவும் இதைத்தான் செய்திருக்கிறார்கள். இது மகா அபாயமான காரியம் ஆகும்!

அன்னியப் பொருட்களை விலக்குமாறு பேசலாம். ஆனால் பாமர மக்களிடம் இதைப் பேசினால், அவர்கள் அத்தோடு நிற்பார்களா? அன்னியப் பொருட்களோடு அன்னிய நாட்டோரை பகிஷ்கரிக்கவும், அழிக்கவும் தயாராகி விடுவார்களே? ஆகவே இதுவும் மிக ஆபத்தான பேச்சாகும்!"

நீதிபதி பின்ஹே மட்டைக்கு இரண்டு கீற்றாக பிளந்து தள்ளிய ஆங்கிலோ சாக்ஸன் 'நீதி'யின் லட்சணம் இதுதான்; இவ்வளவுதான்!

வ.உ.சிதம்பரனாரின் சாதாரண மேடைப் பேச்சுக்கு இரண்டு ஆயுள் தண்டனைகள்! அதையும் அந்தமான் சிறையில் அனுபவிக்க வேண்டும்- அடுத்தடுத்து அனுபவிக்க வேண்டும் என்ற நிபந்தனைகள்!

சிதம்பரனாருக்கு விதிக்கப்பட்ட கடுமையான தண்டனையைக் கேள்விப்பட்டு தேச மக்களும், தலைவர்களும் கொதித்து எழுந்தனர். நாடெங்கும் கண்டனக் கூட்டங்களும, கண்டனத் தீர்மானங்களும் போடப்பட்டன.

தேசியப் பத்திரிகைகள் அனைத்தும் கண்டனத் தலையங்கங்களை எழுதின. அவற்றில் சில வருமாறு: சுதேசமித்திரன் ஸ்டேட்ஸ்மேன், வங்காளி ஆகிய எடுகளின் தலையங்கங்கள் குறிப்பிடத்தக்கவை.

வங்காளி

"நீதிபதி பின்ஹேயின் அரசியல் தத்துவம் இந்நாட்டில் அமுலுக்கு வரும் நாள், ஆட்சியாளருக்கும் மக்களுக்கும் கெட்ட நாளாகும் சுதேசி இயக்கத்திற்கும், கைத்தொழில்

வளர்ச்சிக்கும் திரு.சிதம்பரம்பிள்ளை பாடுபட்டது குற்றமானால் இந்தியர் அனைவருமே குற்றவாளிகள் தான்!"

வ. உ.சி., சிவா ஆகியோருக்கு விதிக்கப்பட்ட கொடும் தண்டனைகளைக் கேள்விப்பட்ட தமிழகத்து இளைஞர்கள் சீறும் சிறுத்தைகளாக மாறினர்! பாயும் வேங்கைகளாகி துணைக்கலெக்டர் ஆஷ்துரை மீது பாய்ந்து பிடுங்கினர்! தமிழகத்தையும் இந்தியாவின் புரட்சி மாகாணங்களில் ஒன்றாக இணைத்த வாஞ்சி நாதனின் வீரவிளையாட்டுக்கு தூண்டுகோல் நீதிபதி பின் ஹேயின் தீர்ப்புத்தான்; பின்னர் நீதிபதி பின் ஹே இங்கிலாந்துக்கு திருப்பி அனுப்பப்பட்டார்!

உயர்நீதிமன்றம்

செஷன்ஸ் கோர்ட் தீர்ப்பை எதிர்த்து சிதம்பரனார், சிவா ஆகியோர் சார்பில் சென்னை உயர் நீதிமன்றத்தில் அப்பீல் செய்யப் பட்டது. அப்பீல் விசாரணை 1908 அக்டோபர் 13-ல் பிரதம நீதிபதி ஆர்னால்ட்ரைட், நீதிபதி மன்றோ ஆகியோர் முன்னிலையில் விசாரணைக்கு வந்தது. சிதம்பரனாருக்காக வழக்கறிஞர்கள் சடகோபச்சாரியார், நரசிம்மாச்சாரியார் ஆகியோர் ஆஜராயினர்.

உயர்நீதி மன்றம் குற்றங்கள் அனைத்தையும் சிதம்பரனாரும், சுப்பிரமணிய சிவாவும் செய்திருக்கின்றனர் என்பதை உறுதிப்படுத்தினாலும், தண்டனைக் காலத்தை 6 ஆண்டு, 3 ஆண்டு என்று குறைத்து, இரண்டையும் ஏக காலத்தில்- அதாவது 9 ஆண்டுகள் அனுபவித்தால் போதும் என்று தீர்ப்பளித்தது. ஆனால், அதிலும் திருப்தியுறாத சிதம்பரனாரின் நண்பர்கள், பிரிவி கவுன்சிலுக்கு அப்பீல் செய்தனர்.

பிரிவி கவுன்சில்

பிரிவி கவுன்சிலும் 6 ஆண்டு தண்டனையை உறுதிப்படுத் திற்று. ஆனால், அதை அந்தமான் சிறையில் அனுபவிக்க வேண்டும் என்று இருந்ததை மாற்றி, உள் நாட்டு சிறையில் கழித்தால் போதும் என்று தீர்ப்பளித்தது.

சிதம்பரனார் திருச்சி, கோவை, கண்ணனூர் சிறைச்சாலைகளில் தமது சிறைவாசத்தைக் கழித்தார். மாடுபோல் செக்கிழுக்கவும், கல்லுடைக்கவும் பணிக்கப்பட்ட முதல் அரசியல் தியாகி சிதம்பரனார் தான்!

மனைவியையும், இரண்டு மகள்களையும், வயதான தந்தையையும் நிர்க்கதியாய் தவிக்கவிட்டு, சுதேசிக்கப்பல் கம்பெனியில் ஏற்பட்ட கடன் ஆகியவற்றையும் சேர்த்து விட்டு விட்டுச் சிறையேகிய சிதம்பரச் செம்மல், நன்னடத்தை தண்டனை வஜா ஆகியவற்றை கழித்து நாலரை ஆண்டுக்கால சிறைத்தண்டனையோடு 1912 டிசம்பரில் விடுதலையானார்.

சிறையிலிருந்து விடுதலை பெற்ற சிதம்பரனார், கடன் தொல்லையிலிருந்தும், வறுமையிலிருந்தும் விடுதலை பெறவில்லை.

1920-ல் நடந்த கல்கத்தா காங்கிரசில் சிதம்பரனார் பிரதிநிதியாகக் கலந்து கொண்டார்.

1927-ல் நடந்த சேலம் காங்கிரஸ் அரசியல் மாநாட்டிற்கு தலைமை வகித்தார். அதன் பின்னர் கோயில்பட்டியில் சில ஆண்டுகள் வக்கீல் தொழில் செய்துவிட்டு பின்னாளில் சென்னைக்கு வந்து தொழிற்சங்கப்பணி, நூல் எழுதுவது என்று காலத்தை ஓட்டினார்.

வறுமை

அவரது பொருளாதார நிலை சீர்திருந்தவே இல்லை. திலகரின் சுயராஜ்ய நிதியிலிருந்து சிதம்பரனாருக்கு மாதம் தோறும் ரூ.50 உதவிப்பணம் அனுப்பப்பட்டது என்றால் சிதம்பரனாரின் நிலை எப்படி இருந்திருக்கும் என்பதைச் சொல்லவா வேண்டும்?

தன் பொருளாதார நிலையைக் குறித்து சிதம்பரனாரே தம் நண்பர் ஒருவருக்கு எழுதிய கவிதைக் கடிதம் வருமாறு:

"வந்த கவிஞர்க்கெல்லாம் மாரியெனப் பல்பொருளும் தந்த சிதம்பரமன் தாழ்ந்தின்று

--சந்தமில் வெண்பாச் சொல்லிப்
பிச்சைக்குப் பாரெல்லாம் ஓடுகிறான்
நாச்சொல்லும் தோலும் நலிந்து!"

- இதைவிட தெளிவாக சிதம்பரனாரின் வறுமையை வேறு எவரால் படம் பிடித்துக் காட்ட முடியும்?

அகமே புறம், வலிமைக்கு மார்க்கம், மனம்போல் வாழ்வு என்ற மன இயல் நூல்களையும், திருக்குறள் அறத்துப்பால் ஆங்கில மொழி பெயர்ப்பு நூலையும், எழுதிய சிதம்பரனார் தம் சுய சரிதையை கவிதை நூலாகவே வடித்துள்ளார். திருக்குறள் மணக்குடவர் உரை, தொல்காப்பியம் இளம்பூரணர் உரை, இன்னிலை ஆகிய உரை நூல்களையும் வெளியிட்டு தமிழ்த் தாய்க்கு அருந்தொண்டாற்றியவர் சிதம்பரனார்.

1935ஆம் ஆண்டு நவம்பர் 18ஆம் தேதியன்று நள்ளிரவில் வாழ்வை முடித்துக் கொண்டார் சிதம்பரனார்.

❖❖❖

திருநெல்வேலி சதி

இந்தியப் புரட்சி இயக்க வரலாற்றை எழுதும் வரலாற்றாசிரியர்கள், புரட்சி அமைப்புக்களும், புரட்சி வீரர்களும் வட இந்தியாவில் உள்ள பஞ்சாப், ஐக்கிய மாகாணம், மராட்டியம், வங்காளம் முதலிய மாநிலங்களில் மட்டுமே தோன்றி வீரசாகசம் புரிந்திருப்பதைக் கண்டு, புருவத்தை நெருக்கி யோசிக்க நேரிடும்!

'ஏன் தென்மாநிலங்களில் புரட்சி இயக்கங்களோ வீரர்களோ தோன்றவில்லை?' என்ற கேள்விக்கு விடைகான முடியாமல் திணற நேரிடும்.

இதற்கு உண்மையான காரணம்தான் என்ன? வீரத்தில் தமிழகம் தாழ்ந்ததா? தியாகத்தில் தமிழகம் குறைந்ததா? தேசபக்தியிலாவது தமிழகம் தரம் தாழ்ந்ததா?

அப்படி ஒன்றும் இல்லை! வீரமும், தியாகமும், தேச பக்தியும் இந்தத் தமிழ் மண்ணில் பிறந்தவைதான். வீரத்தையே கடவுளாக்கி வழிபட்ட நாடு இது! வீரத்தையே விளையாட்டாக்கி, வீர விளையாட்டில் வெல்வோருக்கே தங்கள் பெண்களை மணமுடித்துக் கொடுத்த வீரத் தந்தையர் வாழ்ந்த பூமி தமிழ்ப்பூமி!

வீரத்தையே புறநானூற்று இலக்கியமாக்கி போதித்த பூமி இது. கைக்கிள்ளைக்கு கனிவோடு பாலூட்டும் போதே வீரத்தையும் சேர்த்து ஊட்டிய வீரத் தாய்மார்கள் அவதரித்த மண் இது!

இந்தியாவிலேயே முதன்முதலாக வெள்ளையரை எதிர்த்துப் போர்க்கொடி உயர்த்திய பாஞ்சாலங்குறிச்சிப் பாளையக்காரனான மாவீரன் கட்டபொம்மன், ஊமைத்துரை, வெள்ளையத்தேவன், மருது பாண்டியன், பூலித்தேவன், வேலு நாச்சியார் போன்ற வீர மறவர்கள் பிறந்து வாழ்ந்த பூமி இது!

வடக்கில் கிளர்ந்த புரட்சி வெறி, தெற்கிலும் எதிரொலிக்க நீண்ட காலம் ஆகவில்லை!

வ. வே. சு. ஐயரும், டி. எஸ். எஸ். ராஜனும் லண்டனுக்குப் படிக்கச் சென்ற போதே புரட்சி இயக்கத்தில் சேர்ந்து அதன் முக்கியத் தலைவர்களாக மாறியது தெரிந்த செய்திதான்.

செண்பகராமன்

நாஞ்சில் நாட்டு மாவீரன் செண்பகராமன் 15 வது வயதிலே ஜெர்மனிக்குச் சென்று, 22 வது வயதில் ஐ.என்.வி. படையைத் திரட்டி ஜெர்மானியச் சக்ரவர்த்தி கெய்சரின் உதவி பெற்று இந்தியாவை விடுதலை செய்ய முயன்றதும் 1914ம் ஆண்டு செப்டம்பர் மாதம் 22-ம் தேதியன்று ஜெர்மானிய யுத்தக் கப்பலான 'எம்டன்' கப்பலின் துணை காப்டனாக

சென்னைக்கு வந்து செயின்ட் ஜார்ஜ் கோட்டை மீது பீரங்கிக் குண்டை ஏவி, பிரிட்டிஷாரை கதிகலங்க வைத்ததும், பின்னர் 1915 டிசம்பர் 1ல் ஆப்கானிஸ்தான் தலைநகரான காபூலில் ராஜா மகேந்திர பிரதாப் என்ற இந்திய புரட்சி வீரர் அமைத்த 'சுதந்திர இந்திய அரசு' அமைச்சரவையில் அமைச்சராக நியமிக்கப்பட்டதும் தமிழ் நாட்டு மக்களுக்கு அவ்வளவாகத் தெரியாத செய்திகள் ஆகும்!

'ஜெய்ஹிந்த்' என்ற வீரமுழக்கத்தை தந்தவர் செண்பகராமன் அதை ஏற்று உலகறிய முழங்கியவர் நேத்தாஜி சுபாஷ் சந்திர போஸ்!

'ஐ.என்.ஏ.' விடுதலைப் படையின் முன்னோடிப் படையான 'ஐ.என்.வி.' படையை அமைத்தவர் செண்பகராமன், அதைப் பின்பற்றி ஐ.என்.ஏ. படை திரட்டியவர் ராஷ்பிகாரி போஸ்! பின்னர் அதற்குத் தலைமையேற்று 'டெல்லிசலோ' என்று முழங்கி இம்பால் போர்முனையில் வீரம் விளைத்தவர் சுபாஷ் சந்திர போஸ்!

ஆம்; இந்திய விடுதலைப்போரில் தமிழர் மற்றும் தென்னிந்தியரின் பங்கு குறைவானதல்ல. படையோடு பாய்ந்ததிலும் தமிழர் தான் முன்னோடி! அயல் நாட்டில் விடு தலைப்படை திரட்டியதிலும் தமிழன் தான் முன்னோடி!

இருப்பினும் உள் நாட்டில் புரட்சி இயக்கங்களைக் கட்டி வளர்ப்பதில் மட்டும் சற்றே பின் தங்கிவிட்டனர் தமிழர்கள். பிற்காலத்தில் ஆகஸ்டுப் புரட்சியில் அதனை ஈடுகட்டுவது போல குலசேகரப்பட்டிணம், தேவகோட்டை, சென்னை முதலிய நகரங்களில் துப்பாக்கி ஏந்தியும் வெடிகுண்டு வீசியும் வீரம் விளைத்தனர் தமிழர்!

ஆனாலும், புரட்சி இயக்கங்கள் எதையும் தோற்றுவித்து வளர்க்காததால் இங்கொன்றும் அங்கொன்றுமாக சில தனி நபர் வீர. சாகசங்களோடு தமிழகப் புரட்சி இயக்க வரலாறு நின்று விடுகிறது!

மாவீரன் வாஞ்சி நாதன்

நெல்லை மாவட்டத்தில் பொதிகைமலை அடிவாரத்திலுள்ள தென்காசிக்கருகில், கேரள எல்லையில் உள்ள செங்கோட்டையில் வாழ்ந்து வந்த ரகுபதி ஐயர் என்ற ஏழைப் பிராமணரின் மகன் தான் வாஞ்சி நாதன்.

25 வயதே ஆன அந்த இளைஞன் சிறுவயது முதலே தேசிய இயக்கத்தில் பற்றுக்கொண்டவன். விவேகானந்தரின் வீராவேசப் பேச்சுக்களிலும், போதனைகளிலும் பாரதியாரின் கவிதைகளிலும் ஆழ்ந்த மோகம் கொண்டவன். வீரசாவர்க்காரின் வீரசாகசங்களிலும், வ.உ. சிதம்பரனார், சுப்பிரமணிய சிவா ஆகியோரின் கனல் தெறிக்கும் தேசாவேச சொற்பொழிவுகளிலும் மனத்தைப் பறி கொடுத்தவன்.

1908 ஆம் ஆண்டில் நடந்த திருநெல்வேலி கலவரத்தின் போது துணை கலெக்டர் ஆஷ் நடத்திய துப்பாக்கிச் சூட்டில் 4 இளைஞர்கள் மரணமடைந்ததையும், தியாகத் தலைவர் சிதம்பரனாரையும், சுப்பிரமணிய சிவாவையும் கைது செய்து ராஜத்துவேஷ வழக்குத் தொடுத்து இரண்டு ஜென்ம தண்டனை வழங்கக் காரண கர்த்தாவாக ஆஷ் துரை விளங்கியதையும் கேள்விப்பட்ட வாஞ்சி நாதன், ஆஷ் மீது ஆறாத சினமும் பகைமையும் கொண்டான்!

கண்ணனூர், கோவைச் சிறைகளில் கப்பலோட்டிய தமிழர் சிதம்பரனார், கல்லுடைத்ததையும், செக்கிழுத்ததையும் பத்திரிக்கைகளின் மூலம் படித்தறிந்த வாஞ்சி நாதனின் ரத்த நாளங்கள் புடைத்துக்கொண்டன! நெஞ்சம் பழி வெறியால் கொதித்தது ஆஷ் துரையை சுட்டுப் பொசுக்கி ஆங்கில ஏகாதிபத்தியத்திற்குப் பாடம் புகட்டியே தீரவேண்டும் என்று முடிவு கட்டினான்!

பாண்டிச்சேரி:

1908ம் ஆண்டிலேயே பிரிட்டிஷாரின் பிடியிலிருந்து தப்புவதற்காக, தேசியகவி சுப்பிரமணிய பாரதியார்

பாண்டிச்சேரிக்குச் சென்று, எம்.பி. திருமலாச்சாரியாரின் உதவியோடு 'இந்தியா' வாரப்பத்திரிகையை அங்கிருந்து நடத்தி வந்தார். அவருக்கு உதவியாக நாகசாமி சுந்தரேச ஐயர் ஆகியோர் இருந்து வந்தனர். மண்டயம் சீனிவாசாச்சாரியாரும் சில நாட்களில் பாண்டிச்சேரிக்குச் சென்றார்.

1909ம் ஆண்டின் இறுதியில் லண்டனிலிருந்து மாறுவேடத்தில் தப்பி பிரான்சுக்குச் சென்ற வ.வே.சு. ஐயர், பிரான்சிலிருந்து சிங்கப்பூர் வழியாக பாண்டிச்சேரிக்கு வந்து பாரதியாரோடு சேர்ந்து கொண்டார். 1910ஆம் ஆண்டில் வங்காளத்தில் தலைமறைவாகி பிரெஞ்சுக் காலனியாக இருந்த சந்திர நாகூருக்குச் சென்று வசித்து வந்த அலிபூர் சதிவழக்கு நாயகர் அரவிந்த கோஷ், பாண்டிச்சேரிக்கு வந்து அடைக்கலம் புகுந்தார்.

பாண்டிச்சேரி பிரஞ்சுக்காரர்களின் ஆட்சிக்கு உட்பட்டிருந்ததால் பிரிட்டிஷ் இந்தியாவிலிருந்து தலைமறைவாக வாழ விரும்பிய சுதந்திரப் போராட்ட வீரர்களுக்கு பாதுகாப்பான செயல்தளமாக இருந்தது. பிரிட்டிஷ் அரசின் கவனமும் பாண்டிச்சேரியின் மேல் விழுந்தது. ஏராளமான பிரிட்டிஷ், சி.ஐ.டி. இன்ஸ்பெக்டர்கள் பாண்டிச்சேரியிலேயே முகாம் செய்து, இந்தியப்புரட்சி வீரர்களின் நடவடிக்கைகளை அன்றாடம் கவனித்து வந்தனர்.

வ.வே.சு. ஐயர் வந்து சேர்ந்த பின்னர் பாண்டிச்சேரியில் இருந்த தேசியவாதிகளின் நடவடிக்கைகளில் சூடுபிடித்தது.

ஐயர் பல இளைஞர்களைத் திரட்டி, தேசபக்தியூட்டும் சொற்பொழிவுகளை ஆற்றியதோடு, உடற்பயிற்சி, துப்பாக்கி சுடும் பயிற்சி ஆகியவற்றையும் அளித்து வந்தார். பாரதியாரின் உணர்ச்சிமிக்க தேசபக்திப் பாடல்களும் இதற்குப் பெரும் துணையாக இருந்தன.

பத்திரிகைகள்

பாரதியார் நடத்திய 'இந்தியா' 'தருமம்' 'சூரியோ தயம்' 'விஜயா' முதலிய பத்திரிகைகள் ஒன்று தடைப்பட்டால் மற்றது

என்ற ரீதியில் வெளிவந்து தமிழ் நாட்டு தேச பக்தர்களையும், இளைஞர்களையும் உணர்ச்சியூட்டி வந்தன.

வ.வே.சு. ஐயர் மூலம் வரவழைக்கப்பட்ட வீரசாவர்க்கார் எழுதிய எரிமலை அல்லது முதல் இந்திய சுதந்திரப் போர் என்ற நூலின் பிரதிகளும், பிரான்சிலிருந்து மேடம் காமா நடத்திய 'வந்தே மாதரம்' ஜெர்மனியிலிருந்து வீரேந்திர நாத் சட்டோபாத்தியாயா, மதன்லால் திங்கராவின் நினைவாகத் துவக்கி நடத்தி வந்த 'மதன் தல்வார்' (போர்வாள்) என்ற பத்திரிகையும், ஸ்விட்சர்லாந்திலிருந்து சியாம்ஜி கிருஷ்ணவர்மா நடத்தி வந்த 'இந்தியன் சோஷியாலஜிஸ்ட்' பத்திரிகையும், அமெரிக்காவிலிருந்து வெளிவந்த ஐரிஸ்தேசபக்தர்கள் நடத்திய 'கேய்லிக் அமெரிக்கன்' பத்திரிகையும் தொடர்ச்சியாக பாண்டிச்சேரிக்கு அனுப்பப்பட்டு வந்தன. ஒவ்வொரு பத்திரிகையிலும் 500 பிரதிகள் வீதம் பாண்டிச்சேரிக்கு அனுப்பப்பட்டன. அவற்றை தமிழகத்திற்கு இரவோடு இரவாகக் கடத்திச் சென்று முக்கிய நபர்கள் மூலம் அனுப்பும் பொறுப்பை வ. வே. சு. ஐயர் ஏற்று செய்து வந்தார். இதன் மூலம் அயல் நாடுகளில் தங்கியுள்ள இந்தியப் புரட்சியாளர்களின் கருத்துக்களும், அறிக்கைகளும், வேண்டுகோள்களும், அவர்களது நடவடிக்கை களைப் பற்றிய தகவல்களும் தமிழகத்திற்கு மட்டுமின்றி பிரிட்டிஷ் இந்தியா முழுவதற்கும் உடனுக்குடன் கிடைத்து வந்தன.

இந்தப் பத்திரிகைகள் அனைத்தையும் நீலகண்ட பிரம்மச்சாரி மூலம் பெற்றுப் படித்து வந்த வாஞ்சி நாதன், ஆஷ் துரையை தீர்த்துக்கட்டும் தன் திட்டத்திற்கு பாண்டிச்சேரிக்குப் போனால் உதவியும், உரிய ஆலோசனையும் கிடைக்கும் என்று எண்ணினார்.

பாண்டிச்சேரி பயணம்

1911 ஜனவரி 9 ஆம் தேதியன்று பாண்டிச்சேரிக்குப் புறப்பட்டுச் சென்ற வாஞ்சி நாதன், பாண்டிச்சேரி தர்மராஜா கோயில் தெருவில் பாரதியாரும் அவரது நண்பர்களும் தங்கியிருக்கும் 'தருமாலயம்' என்ற வீட்டை அடைந்தார்.

அவனை பாரதியாரும் வ.வே.சு. அய்யரும் அன்போடு வரவேற்றனர். வாஞ்சிநாதன் சுமார் ஒருவார காலம் தருமாலயத்தில் தங்கியிருந்தார். அந்த ஒருவார காலத்தில் வ.வே.சு. ஐயர் வாஞ்சிநாதனுக்கு உலகின் பல நாட்டுப் புரட்சி வீரர்களைப் பற்றியும் புரட்சி இயக்கங்களைப் பற்றியும் விரிவாக எடுத்துரைத்தார். வாஞ்சி நாதனின் லட்சியத்தை நிறைவேற்றும் வழிமுறைகளையும் போதித்தார்.

வ.வே.சு. ஐயர் தினசரி வாஞ்சிநாதனுக்கு புரட்சிக் கல்வியைப் போதித்து வந்தார். வாஞ்சிக்கு துப்பாக்கி சுடும் பயிற்சியை அளிக்கும் பொறுப்பை நாகசாமியிடம் ஒப்படைத்தார் வ.வே.சு. ஐயர்.

பிரான்சிலிருந்து மேடம் காமா அனுப்பியிருந்த ஒரு ப்ரெளனிங் பிஸ்டலை வைத்து நாகசாமி தினசரி அதிகாலை வேளையில் வாஞ்சி நாதனை பாண்டிச்சேரிக்கு அருகிலுள்ள கரடிக்குப்பம் ஓடை, வெள்ளவாரிப் பள்ளத்தாக்கிற்கு அழைத்துச் சென்று துப்பாக்கி சுடும் பயிற்சியை அளித்து வந்தார். வ.வே.சு. ஐயரும் சில நாட்கள் பயிற்சியளித்தார்.

வாஞ்சிநாதன் குறிதவறாமலும். கை நடுங்காமலும் இலக்கை நோக்கிச் சுடும் பயிற்சியை மிக விரைவில் பெற்றார். 15 நாட்களுக்குள் கைதேர்ந்த வேட்டைக்காரனைப் போல சுடும் திறனைப் பெற்றார்.

மண்டயம் எஸ். சீனிவாசாச்சாரியார் எதற்கும் துணிந்தவர். அவர் தான் செலவுக்கு அவ்வப்போது பணம் கொடுத்து வந்தார். வ.வே.சு. ஐயர், சீனிவாசாச்சாரியார், நாகசாமி ஆகிய மூவருக்கு மட்டும் வாஞ்சி நாதனின் திட்டம் முழுமையாகத் தெரியும்.

வாஞ்சி நா தன் திருநெல்வேலிக்குப் புறப்பட வேண்டிய நாள் நெருங்கிக் கொண்டே வந்தது. ‘ஆரியர் கடமை’ என்ற தலைப்பிட்ட ஒரு துண்டுப் பிரசுரமும் தயாரிக்கப்பட்டது. துப்பாக்கி தயார். துண்டுப் பிரசுரமும் தயார்!

ஆஷ்துரை :

1911-ஆம் ஆண்டு மே மாத இறுதியில் பாண்டிச்சேரியிலிருந்து புறப்பட்டு திருநெல்வேலியை அடைந்த வாஞ்சிநாதன், திருநெல்வேலியிலிருந்த தன் மைத்துனர் சங்கர கிருஷ்ணய்யரோடு தங்கி கலெக்டர் ஆஷ் துரையின் நடவடிக்கைகளைக் கூர்ந்து கவனிக்கத் துவங்கினார்.

1908-ஆம் ஆண்டில் வ.உ.சி. சுப்பிரமணியசிவா ஆகியோரைக் கைது செய்து, வழக்குப்போடக் காரணகர்த்தாவாக விளங்கிய ஆஷ் துரை என்பவன் முதலில் துணைக் கலெக்டராக இருந்தான்

1909 ஆம் ஆண்டில் கலெக்டர் விஞ்ச்துரை ரிட்டயர்டு ஆனதும் 1910ல் ஆஷ் துரையே நியமிக்கப்பட்டான்.

இந்திய மக்களை அவன் மிருகங்களை விடக் கேவலமாக மதிக்கும் மனப்போக்கைக் கொண்டவன்!

தேசபக்தர்களை தேவையில்லாமல் கைது செய்து வழக்குப் போட்டு துன்புறுத்தினான். தேசப்பற்று மிக்க மக்கள் கூட்டங்களின் மீது அனாவசியமாக துப்பாக்கிச் சூடுகளை நடத்தினான். அதை எதிர்த்த கிராம மக்களை ரிசர்வ்போலீஸ் படையை ஏவி அடக்கி ஒடுக்கியதோடு, அந்தப் போலீஸ் படையின் செலவை சம்பந்தப்பட்ட கிராம மக்களிடமே தண்டத் தீர்வையாகவும் வசூலித்தான்.

அபிநவ பாரத சங்கம்:

தென்காசியில் 'மடத்துக்கடை' சங்கரலிங்கம்பிள்ளை என்ற தேசபக்தர் நடத்தி வந்த மளிகைக் கடையில் அவரது இரண்டாவது மகன் டி.எஸ் சிதம்பரம்பிள்ளை, வ.உ. சிதம்பரம்பிள்ளை, நீலகண்ட பிரம்மச்சாரி, சுப்பிரமணிய சிவா, சங்கர கிருஷ்ணய்யர் வ.வே.சு. ஐயர் முதலிய தேசபக்தர்கள் 1904-1905 ஆம் ஆண்டுகளில் அடிக்கடி சந்தித்து தேச நிலவரம் குறித்து ஆலோசனை செய்வது வழக்கம். வங்காளத்திலும், மகாராஷ்டிரத்திலும் துவக்கப்பட்ட புரட்சி இயக்கமான அபிநவ பாரத சங்கத்தின் கிளையை அந்தக்

காலகட்டத்தில் இவர்கள் அனைவரும் சேர்ந்து துவக்கினார்கள். அதில் தான் வாஞ்சிநாதன் 1909-ஆம் ஆண்டில் உறுப்பினரானார். வாஞ்சிநாதனை அச்சங்கத்தில் சேர்ந்தவர் எருக்கூர் நீலகண்ட பிரம்மச்சாரி ஆவார். அதன் பின்னர் சங்கத்தின் கிளைகள் செங்கோட்டை, தூத்துக்குடி, நெல்லை, தச்ச நல்லூர், புனலூர் ஆகிய ஊர்களிலும் துவக்கப்பட்டன. துணைக் - கலெக்டராக இருந்த ஆஷ், கலெக்டராக நியமிக்கப்பட்டதைக் கேள்விப்பட்ட தென்காசி மடத்துக்கடை தேசபக்தர்கள், மிகுந்த ஆத்திரத். தோடு அதைப்பற்றி விவாதித்தனர். சங்கர கிருஷ்ணய்யரின் ஆத்திரம் எல்லை மீறியது. வாஞ்சிநாதனோ பழி வாங்கும் உணர்வில் துடியாய்த் துடிக்கும் புலியாய் மாறினார். மைத்துனர் சங்கர கிருஷ்ண ஐயரிடம் தன் கருத்தை வெளியிட்டு ஆலோசனை கேட்டார். அதன் பின்னரே வாஞ்சியை பாண்டிச்சேரிக்கு அழைத்துச் சென்று வ வே சு. ஐயருக்கு அறிமுகப்படுத்தினார் சங்கர கிருஷ்ணய்யர்.

ஆஷ்துரையின் முடிவு:

பாண்டிச்சேரியில் புரட்சிப் பயிற்சியை முடித்து நெல்லைக்குத் திரும்பிய வரிப்புலி வாஞ்சிநாதன், 1911 ஜுன் 17-ம் தேதியன்று 'கலெக்டர் ஆஷ், கோடை வெயிலுக்கு இதம் தேடி கொடைக்கானலுக்குச் செல்கிறான் தன் மனைவியோடு' என்ற செய்தியையும், அவன் எந்த ரயிலில் புறப்படுகிறான் என்ற தகவலையும் விசாரித்து அறிந்து கொண்டார்.

கலெக்டர் ஆஷ் தன் மனைவியோடு திருநெல்வேலி ஜங்ஷனில் இருந்து காலை 10 மணிக்குப் புறப்பட்டு 10-45 மணிக்கு மணியாச்சி ஜங்ஷனில் இறங்குகிறான். 10 30 மணிக்கு தூத்துக்குடியிலிருந்து புறப்பட்டு 11 மணிக்கு மணியாச்சியை வந்து அடையும் எக்ஸ்பிரஸ் ரயிலில் ஏறி கொடைக்கானல் பயணத்தைத் தொடருகிறான் என்ற முழு விவரங்களையும் துல்லியமாகத் தெரிந்து கொண்ட வாஞ்சிநாதன் தன் மனத்துக்குள்ளேயே திட்டம் தீட்டினார்.

அதன்படி 1911 ஜுன் 17 ஆம் தேதியன்று கைத்துப்பாக்கி, ஒரு கட்டுதுண்டு அறிக்கை சகிதமாக காலை 10 மணிக்கே திருநெல்வேலி ஜங்ஷன் ரயில் நிலையத்தை அடைந்தார் வாஞ்சிநாதன். கலெக்டர் ஆஷ் தம்பதிகள் ஏறிய அதே ரயிலில் தானும் ஏறி 10-45 மணிக்கு மணியாச்சியை அடைந்தார்.

மணியாச்சி ரயில் நிலைய பிளாட்பாரத்தில் இறங்கி உலவிக் கொண்டிருந்தார் வாஞ்சிநாதன்!

அவர் பார்வையெல்லாம் கொடைக்கானல் செல்ல இருக்கும் ரயிலில் முதல் வகுப்புப் பெட்டியில் அமர்ந்துள்ள கலெக்டர் ஆஷ் துரையின் மீதே பதிந்திருந்தது. ஏகாந்தமான தனி முதல் வகுப்புப் பெட்டியில் எதிரும் புதிருமாக அமர்ந்து, அடுத்த பிளாட்பாரத்தில் வந்து நின்ற தூத்துக்குடி போட்மெயிலில் ஏறுவதற்காக மூட்டை முடிச்சுக்களோடு ஓடிக்கொண்டிருந்த மக்களைப் பார்த்து ஏளனச் சிரிப்பைச் சிந்திக் கொண்டிருந்தான் ஆஷ்.

கொடைக்கானல் ரயில் புறப்பட ஐந்து நிமிடங்கள் தான் இருந்தன. கலெக்டர் ஆஷ் ஏதோ ஓர் ஆங்கிலச் செய்தித்தாளைப் புரட்டிக் கொண்டிருந்தான்.

அப்போது காக்கிச் சட்டையும், காக்கி கால் சட்டையும் அணிந்திருந்த வாஞ்சிநாதன் கொடைக்கானல் ரயிலில் பாய்ந்து ஏறி, கலெக்டர் ஆஷ் அமர்ந்திருந்த முதல் வகுப்பு பெட்டிக்குள் மின்னலெனப் பாய்ந்தார். கையில் மின்னிக் கொண்டிருந்த பிரௌனிங் பிஸ்டலின் சுடும் விசையை தட்டி விட்டு கலெக்டர் ஆஷ் மார்பைக் குறிவைத்து மூன்று முறை சுட்டார் வாஞ்சி.

முதல்தோட்டா ஆஷின் இடதுபுற மார்பில் பாய்ந்தது!' ஓ காட்! என்று அலறியபடியே நிமிர்ந்து பார்த்த ஆஷ் அவசரமாக தன் தொப்பியைக் கழற்றி வாஞ்சியின் மீது வீசினான். வாஞ்சி நாதன் லாவகமாகக் குனிந்து கொண்டதால், ஆஷ் வீசிய தொப்பி பிளாட்பாரத்தில் போய் அனாதையாய் விழுந்தது. இரண்டாவது. மூன்றாவது தோட்டாக்கள் ஆஷ் என்னும்

மிருகத்தின் மார்பில் குறிதவறாமல் பாய்ந்து துளைத்து சல்லடைக் கண்ணாகத் துவாரம் போட்டன!

ஆதவன் மறையாத ஆங்கிலேய சாம்ராஜ்யத்தின் அசைக்க முடியாத ஆணிவேராக தன்னைக் கருதிக் கொண்டு, தென்பாண்டி நாட்டு மக்களின் மான உணர்வோடு விளையாடிக் கொண்டிருந்த வெறியன் ஆஷ் அலறிக்கொண்டு கீழே சாய்ந்தான். ரயில் பெட்டி முழுக்க அந்த வெள்ளை வெறியனின் சிவப்பு ரத்தம் வெள்ளமாய்ப் பெருகி ஓட, அவன் மனைவி 'ஓ நோ!' என்று பீதியால் அலறி, 'ஹெல்ப், ஹெல்ப்' என்று உ.தவி கோரிக் கூச்சலிட்டாள்!

அப்போதும் அசையாமல் அங்கேயே நின்றிருந்த மாவீரன் வாஞ்சி நாதன், தன்னால் சுடப்பட்டு வீழ்ந்த ஆஷ் இறுதிப் பயணம் போவது உறுதிதானா என்று சோதிப்பவர் போல வாய்பிளந்து பிணமாகவிழுந்து கிடந்த ஆஷையே வெறித்துப் பார்த்துக் கொண்டிருந்தார்.! அவரது கண்கள் சினமேறிய சிறுத்தையின் விழிகளைப் போலச் சிவந்து இரண்டு செர்ரிப் பழங்களாக மின்னின என்று திருமதி ஆஷ் பின்னர் தன் வாக்கு மூலத்தில் சொன்னாள்!

கலெக்டர் ஆஷ் பிணமாகி விட்டான்; இனிமேல் பிழைக்கவே மாட்டான் என்பது உறுதியாய் தெரிந்த பின்னரே வாஞ்சி நாதன் அந்த ரயில் பெட்டியை விட்டிறங்கி, பிளாட்பாரத்தில் ஓடத்துவங்கினார்!

தன்னைப் பிடிக்கப் பின் தொடர்ந்த கலெக்டரின் சேவகன் ஒருவனையும் சில போலீஸ்காரர்களையும் தன் கையில் மின்னிய பிஸ்டலைக் காட்டி எச்சரித்தார் வாஞ்சி!

வெள்ளை நாய்களைச் சுடுவதுதான் என் லட்சியம் ! வீணாக என்னைப் பின் தொடர்ந்தால் விண்ணுலகுக்கு டிக்கெட் கொடுத்து உங்களையும் அனுப்பி விடுவேன்!" என்று முழங்கிய வீரவாஞ்சியை அதன் பின்னர் எவனும் பின் தொடரவில்லை !

வீர வாஞ்சி வீர மரணம்:

பிளாட்பாரத்தில் ஓடிய வாஞ்சி நாதன் தான் கொண்டு வந்த துண்டு நோட்டீஸ் கட்டை அவிழ்த்துப் பறக்கவிட்டவாறே பிளாட் பாரத்தின் முடிவில் இருந்த ஒரு கழிப்பறைக்குள் புகுந்தார்.

அடுத்த சில விநாடிகளுக்குள் கழிப்பறையிலிருந்து 'டுமீல் டுமீல்' என்று இரண்டு குண்டு வெடித்த சத்தம் கேட்டதும்

ஆம்; தப்பிச் செல்ல மார்க்கமிருந்தும், தான் பிடிபட்டு தன் தோழர்களைக் காட்டிக் கொடுக்க நேரக் கூடாது என்று கருதியதால் வாய்க்குள் பிஸ்டலை வைத்துச் சுட்டு, தன்னைத் தானே மாய்த்துக் கொண்டார் வீரவாஞ்சி நாதன்.

ஆனாலும், அந்தக்கழிப்பறைக்குள் நுழைய அடுத்த ஒரு மணி நேரத்திற்கு எந்தப் போலீஸ்காரனுக்கும் தைரியம் பிறக்கவில்லை! நீண்ட நேரம் கழித்தே, தயங்கித் தயங்கி உள் நுழைந்து வேட்டையாடப்பட்ட வேங்கைபோல் வீழ்ந்துகிடந்த வாஞ்சியின் உயிரற்ற உடலைக் கண்டு எடுத்து, கைப்பற்றினர் போலீசார் !

ஆனால் வாய்க்குள் துப்பாக்கியை நுழைத்துச் சுட்ட தால் வாஞ்சியின் தலை சுக்கு நூறாகச் சிதறிக் கிடந்தது!

கடிதம் :

வாஞ்சி நாதனின் சட்டைப் பையில் அவர் கைப்பட எழுதிய ஒரு கடிதமும், மேடம் காமாவின் 'வந்தேமாதரம்' பத்திரிகையிலிருந்து கிழித்தெடுக்கப்பட்ட ஒரு பக்கமும் இருந்தன.

கடிதத்தில் ஆஷை சுட்டது ஏன் என்பதை வாஞ்சி நாதன் விளக்கியிருந்தார்.

"அசோக சக்கரவர்த்தி முடிசூடி அரசோச்சிய பாரத மண்ணில், ஐந்தாம் ஜார்ஜ் மன்னன் முடி சூட்டு விழா

நடத்துவதற்காக வர இருக்கும் இந்த வேளையில், அவரது ஆட்சியின் சின்னமான நெல்லை மாவட்ட ஆட்சியாளன் கொடுங்கோலன் ஆஷை சுட்டுப் பொசுக்கிப் பிணமாக்கு கிறேன்! புண்ணிய பாரத பூமியை அடிமைப்படுத்தி அடக்கி ஆள என்னும் மிலேச்சர்களுக்கு என்ன கதி ஏற்படும் என்பதை உணர்த்தவே நான் சுட்டேன்

பாரத அன்னைக்கு என் எளிய காணிக்கையாக என் உயிரையும் அர்ப்பணிக்கிறேன். இதற்கு நானே முழுப்பொறுப்பு!"

"இந்தியாவில் முடிசூட்டு விழா நடத்த வர இருக்கும் 5-ஆம் ஜார்ஜ் மன்னனை, இந்த மண்ணில் கால் வைத்ததுமே நரகலோகத்திற்கு அனுப்ப வேண்டும் என்று மூவாயிரம் பாரத வீரர்கள் காளிமாதாவின் முன் சபதம் எடுத்து, ரத்தச் சத்தியம் செய்துள்ளனர்!

அவர்களில் மிகவும் சிறியவனான, மிகவும் எளியவனான நான் அந்த 5-ம் ஜார்ஜ் மன்னனின் நடமாடும் சின்னமாகத் திகழ்ந்தவனும் எங்கள் தலைவர் சிதம்பரனாரின் சுதேசிக் கப்பல் கம்பெனியை நிர்மூலப்படுத்தி அழித்தவனும் எண்ணரும் தேசபக்தர்களை வெஞ்சிறையில் பூட்டி, வேதனையில் மாட்டி, செக்கிழுத்துச் சிந்தை நோகச் செய்த செறுக்கனும், அரக்கனுமான கலெக்டர் ஆஷை சுட்டுப் பொசுக்குவதன் மூலம், முடிசூட்டிக் கொள்ள முகமலர்ச்சியோடு வர இருக்கும் ஆங்கிலேய மன்னனுக்கு, இந்திய மக்களின் சார்பில் நான் விடுக்கும் முன் எச்சரிக்கைதான் இந்தச் செயல்!"

- என்று விவரித்திருந்தார் வீரவேங்கை வாஞ்சி நாதன்!

'வந்தே மாதரம்' தலையங்கம்:

அந்தக் கடிதத்தோடு மடித்து வைக்கப்பட்டிருந்த 'வந்தே மாதரம்' பத்திரிகைப் பிரதியில் மேடம் காமா எழுதிய தலையங்கத்தில் இந்திய மக்களுக்கு விடுக்கப்பட்டிருந்த வீராவேச வேண்டுகோளின் ஒரு பகுதி வருமாறு:

“என்னருமை இந்திய மக்களே! இன்னும் எத்தனை காலத்திற்கு கொத்தடிமைகளாய், குருடர்களாய், விலங்கு சுமந்த பேடிகளாய் வாழப் போகிறீர்கள்?

நமது புண்ணிய பாரத பூமியின் மீது மிலேச்சர்களான ஆங்கிலேயரின் பாதங்கள் இன்னும் எத்தனை காலம் ஆணவ நடை போடுவதை பொறுத்துக் கொண்டிருக்கப் போகிறீர்கள்?

பொறுத்ததெல்லாம் போதும் பொங்குமாங்கடலாய், புயல் காற்றாய், பூகம்பமாய் பொங்கி எழுங்கள்!

கண்ணில் கண்ட ஆங்கிலேயர்களை களபலி கொள்ளுங்கள். பொதுக்கூட்டம், ரயிலடி, ரயில்பாதை, பங்களா, கடை, கடைத்தெரு, பூங்கா அல்லது தேவாலயம் என்று எந்த இடத்தில் வெள்ளையர்களைக் கண்டாலும் சும்மா விடாதீர்கள்!

வேங்கையெனப் பாய்ந்து தாக்கிக் கொல்லுங்கள்! வெள்ளையனைக் கண்டால் அவன் அதிகாரியாக இருந்தாலும் சரி, வியாபாரியாக இருந்தாலும் சரி, நாடு சுற்றிப் பார்க்க வந்த சாதாரணமானவனாக இருந்தாலும் சரி, விதிவிலக்கு இல்லாமல் வெட்டியோ, குத்தியோ, சுட்டோ, பொசுக்கியோ, சாகடியுங்கள்! இந்திய மாதாவின் பாதகமலங்களை வெள்ளையனின் ரத்தத்தால் அபிஷேகம் செய்து சுத்திகரியுங்கள்!”

வாஞ்சி நாதனின் சட்டைப்பையில் இருந்த கடிதவாசகமும், பாரிஸ் நகரிலிருந்து வீராங்கனை மேடம் காமா வெளியிட்டு வந்த வந்தேமாதரம் பத்திரிகைத் தலையங்கப் பகுதியின் ரத்தாபிஷேக வேண்டுகோளும் வெள்ளை அதிகாரிகளை அலறித் துடிக்க வைத்தது! பிரான்ஸ் நாட்டுக் கைத்துப்பாக்கி ஒன்று வாஞ்சியின் கையில் அப்போதும் இருந்தது! அதையும் போலீசார் கைப்பற்றினர்.

சென்னைக்கும் டெல்லிக்கும் எச்சரிக்கைத் தந்திகள் பறந்தன மன்னர் உயிரை பாதுகாக்கும்படி!

சோதனை:

அன்று இரவே செங்கோட்டையிலுள்ள வாஞ்சி நாதனின் வீடு சோதனையிடப்பட்டது. அவரது புரட்சி இயக்க நண்பர்கள் சிலர் எழுதிய கடிதங்களும் பாண்டிச்சேரியில் தயாரான சில துண்டு அறிக்கை களும், வந்தே மாதரம், இந்தியா, மதன் தல்வார் பத்திரிகைப் பிரதிகளும், வாஞ்சி நாதனுக்கும், வ.வே.சு. ஐயருக்கும் இருந்து வந்த தொடர்பைக் காட்டும் சில கடிதங்களும் கிடைத்தன!

கைது செய்ய முயற்சி:

பாண்டிச்சேரியிலிருந்த வ.வே.சு. ஐயர், பாரதியார், அரவிந்தர் ஆகியோரின் தூண்டுதலாலும், உதவியாலும் தான் நடந்திருக்கிறது என்று திடமாக நம்பிய போலீசார், உடனடியாக சென்னை போலீஸ் நிலையத்தின் தலைமை அதிகாரிகளுக்கு தகவல் அனுப்பி, பாரதியார் வ.வே.சு. ஐயர், நாகசாமி, மண்டயம் சீனிவாசாச்சாரியார், ஆகிய நால்வரையும் கைது செய்ய ஏற்பாடு செய்யும்படி கேட்டுக் கொண்டனர்

புதுவை தேசபக்தர் நால்வர்மீதும் உடனடியாகக் கைது வாரண்ட் பிறப்பித்த பிரிட்டிஷ் போலீசார், பத்திரிகைகளில் இந்த நால்வரையும் பிடித்துக் கொடுப்போருக்கு அதாவது பிரிட்டிஷ் இந்தியாவின் எல்லையில் கொண்டு வந்து ஒப்படைப்பவர்களுக்கு தலைக்கு ஆயிரம் ரூபாய் வீதம் பரிசளிக்கப்படும் என்று விளம்பரம் செய்தனர். துண்டு அறிக்கைகளை அச்சடித்து பாண்டிச்சேரியில் பொது இடங்கள் அனைத்திலும் ஒட்டி வைத்தனர். நால்வரின் அங்க அடையாளங்களும் தெளிவாய் குறிப்பிடப்பட்டிருந்தன.

பிரெஞ்சு இந்திய கவர்னர், பாரதியார் வ.வே.சு. அய்யர் முதலிய இந்திய தேசபக்தர்களைப் பிடித்துக் கொடுக்க பிரெஞ்சு -இந்தியச்சட்டம் இடங்கொடுக்கவில்லை என்றும், அவர்களை ஒப்படைக்க முடியாதென்றும் மறுத்து சென்னையிலுள்ள பிரிட்டிஷ் கவர்னருக்கு கடிதம் எழுதி விட்டார்.

ஆஷ் கொலை வழக்கில் முக்கிய எதிரிகளாக பாரதியாரையும் வ.வே.சு. அய்யரையும் சேர்க்கப்படாத பாடுபட்ட பிரிட்டிஷ் இந்திய அரசின் சூழ்ச்சிகள் அனைத்தும் இவ்வாறு முறியடிக்கப்பட்டன.

எல்லா முயற்சிகளுமே தோல்வியடைந்ததால், புதுவையில் முகாம் அடித்திருந்த பிரிட்டிஷ் சி.ஐ.டி. போலீஸ் படை அவமானத்தோடு மூட்டை முடிச்சுக்களைக் கட்டிக் கொண்டு ஓட்டம் பிடித்தன!

சென்னை நகரிலிருந்த மாநில தலைமை போலீஸ் அதிகாரிகளுக்கு பாண்டிச்சேரியில் ஏற்பட்ட தோல்வி மிகுந்த ஆத்திரத்தை உண்டாக்கிற்று.

அடக்குமுறை :

அந்த ஆத்திரம் முழுவதையும் நெல்லை மாவட்ட தேச பக்தர்கள் மீது திருப்பி விட்டார்கள்!

திருநெல்வேலி சதியைக் கண்டுபிடித்து, புரட்சிக் கருவையே பூண்டோடு அறுத்தெறிய உறுதி பூண்ட பிரிட்டிஷ் இந்திய அரசு, அதற்காக தாம்போ என்ற ஐ.சி.எஸ். அதிகாரியை விசேஷ அதிகாரி பொறுப்போடு திருநெல்வேலிக்கு அனுப்பி வைத்தது.

தாம்போ நெல்லைக்கு வந்ததும் சொல்ல முடியாத அட்டகாசத்தையும் அடக்குமுறையையும் கட்டவிழ்த்து விட்டான்.

போலீசார் நெல்லை, அம்பாசமுத்திரம், தூத்துக்குடி தச்ச நல்லூர், கடய நல்லூர், தென்காசி, செங்கோட்டை ஆகிய ஊர்களில் வீடுவீடாகப் புகுந்து சோதனை செய்தார்கள். கண்டவர்களையெல்லாம் கைது செய்து, அடித்து உதைத்து கீழ்த்தரமான முறையில் விசாரணை நடத்தினார்கள்.

ஆனால், வெள்ளையரின் அடக்குமுறைக் கொடுமைகளைக் கண்டு நெல்லை மக்களோ, புரட்சி இயக்க வீரர்களோ சிறிதும் அஞ்சவில்லை. பயந்து பதுங்கவும் இல்லை. ஆஷ் கொலை பற்றி போலீசாருக்கு துப்பு எதுவும் துலங்கவே இல்லை.

புரட்சி இயக்கப் பணிகள் எப்போதும் போல நடந்து கொண்டு தான் இருந்தன.

அந்த அளவுக்கு புரட்சி இயக்கத் தலைவர்கள், தொண்டர்களுக்குத் தெம்பூட்டி வந்தனர். அந்தத் தெம்பும் உற்சாகமும் மேலும் மேலும் புரட்சி இயக்க வீரர்களை உருவாக்கிக் கொண்டே இருந்தது.

கைதுகள்:

கடைசியில் குருட்டாம்போக்கில் சிலரையும் குத்து மதிப்பாக சிலரையும் கைது செய்து திருநெல்வேலி சதிவழக்கைத் தொடர்ந்தனர்.

திருநெல்வேலி சதிவழக்கில் சம்பந்தப்படுத்தப்பட்டு கைது செய்து காவலில் வைக்கப்பட்டோர் விவரம் வருமாறு:

தஞ்சை நீலகண்ட பிரம்மச்சாரி,

கடைய நல்லூர் சங்கர கிருஷ்ணய்யர்,

தென்காசி டி. எஸ். சிதம்பரம்பிள்ளை,

தூத்துக்குடி சுப்பையாபிள்ளை,

புனலூர் ராமசாமிப்பிள்ளை,

எட்டயபுரம் 'வந்தேமாதரம்' சுப்பிரமணியம்,

செங்கோட்டை ஜெகநாத அய்யங்கார்,

ஹரிஹா அய்யர்,

மகாதேவ அய்யர்,

எஸ். அருணாசலம் பிள்ளை,

அழகப்பபிள்ளை,

பிச்சுமணி அய்யர்

தூத்துக்குடி ஆறுமுகம் பிள்ளை,

ஒட்டப்பிடாரம் மாடசாமிப்பிள்ளை

- முதலிய 14 பேரைக் குற்றவாளிகளாக்கி அவர்கள் மீது சதிக் குற்றம், ராஜத்துவேஷம் முதலிய கொலைக் குற்றச் சாட்டுக்களைச் சுமத்தி வழக்குத் தொடர்ந்தனர்.

இதில் 14வது முக்கிய எதிரியாக வருணிக்கப்பட்ட ஒட்டப்பிடாரம் மாடசாமிப்பிள்ளை என்பவர் தலைமறைவாகி பாண்டிச்சேரிக்குச் சென்று பாரதியாரின் நண்பரான ஆறுமுகம் செட்டியார் என்பவரின் வீட்டில் சுமார் ஒன்றரை ஆண்டுகாலம் தங்கியிருந்தார்.

இந்த வழக்கை விசாரிப்பதற்காக விசேஷ நீதிமன்றம் ஒன்றை அமைத்து தலைமை நீதிபதியோடு சி. சங்கரன் நாயர் ஐவிஸ் ஆகிய நீதிபதிகளையும் நியமித்தது சென்னை மாநில அரசாங்கம்.

அக்காலத்தில் இம்மாதிரியான சதிவழக்குகளையும், கிரிமினல் வழக்குகளையும் விசாரிக்கும் நீதிமன்றங்களில் ஜுரிகள் நியமிக்கப்படுவது தான் வழக்கம். ஆனால், திருநெல்வேலி சதிவழக்கில் மட்டும் ஜுரிகள் முறையையே புறக்கணித்தது சென்னை மாநில அரசு! தேச பக்தர்களை தண்டிப்பதில் அத்தனை அக்கறை! அவ்வளவு அவசரம்பிரிட்டிஷ் அரசுக்கு!

குற்றப் பத்திரிகை:

விசேஷ நீதிமன்றத்தில் தாக்கல் செய்யப்பட்ட குற்றப் பத்திரிகையின் சாரம் வருமாறு:

"திருநெல்வேலி கலெக்டர் ராபர்ட் வில்லியம் டி. எஸ். கார்ட், ஆஷ் துரையை வாஞ்சிநாதன் என்ற வெறிபிடித்த பிராமண இளைஞன் மூலம் பட்டப்பகலில் மணியாச்சி ரயில் நிலையத்தில் சுட்டு கொன்ற இந்தப் புரட்சிக்காரர்களுக்கு பாண்டிச்சேரிதான் தலைமைச் செயலகம். புரட்சி இயக்கத்துக்கும், இந்த சதிக்கும் காரணம் வ.வே.சு. அய்யர் தான். நீலகண்ட பிரம்மச்சாரியும், சங்கர கிருஷ்ணய்யரும் வ. உ. சிதம்பரம் பிள்ளையால் இந்தப் பயங்கர புரட்சி இயக்கத்தில் (அபி நவ பாரத சங்கம்) சேர்க்கப்பட்டவர்களாவர்.

1910 ஆம் ஆண்டில் புரட்சிவாதிகள் சென்னை மாநிலம் முழுவதிலும் சுற்றுப்பயணம் செய்து, தங்கள் இயக்கத்துக்கு ஆதரவு திரட்டினார்கள். ஏராளமான இளைஞர்களுக்கு சுதந்திர தாகமூட்டி, புரட்சி இயக்கத்துக்கு தயார் படுத்தியதோடு, ஒவ்வொருவரிடமும் பிரிட்டிஷ் ஆட்சியை ஒழித்துக் கட்டும் வரை சகல தியாகங்கள் புரியவும், உயிர்த் தியாகம் செய்யவும் தயாராக இருக்க வேண்டும் என்று ஓர் உறுதி மொழிப் பத்திரத்தில் ரத்தக் கையெழுத்தும் வாங்கினார்கள்!

சங்கர கிருஷ்ணய்யரின் மைத்துனர் தான் வாஞ்சி நா தன். திருவாங்கூர் சமஸ்தான காட்டு இலாகாவில் பாரஸ்ட் ரேஞ்சராக பணியாற்றிவந்த வாஞ்சி நாதனை அபி நவ பாரத இயக்கத்தில் சேர்த்து, பாண்டிச்சேரிக்கு அழைத்துச்சென்று வ. வே. சு. அய்யருக்கு அறிமுகப்படுத்தியவர் இந்த சங்கர கிருஷ்ணய்யர் தான்!

வ. வே. சு. அய்யர் திருச்சி வரகனேரியைச் சேர்ந்த பிராமணர். பாரிஸ்டர் பட்டப்படிப்புக்காக லண்டனுக்குச் சென்ற அவர், விநாயக தாமோதர சாவர்க்கார், ஷியாம்ஜி கிருஷ்ணவர்மா, டாக்டர் டி. எஸ். எஸ். ராஜன் ஆகியோரோடு சேர்ந்து லண்டன் நகரிலேயே புரட்சி வேலைகளைச் செய்து வந்த பயங்கரமான புரட்சிக்காரர்!

லார்டு கர்ஸான் வில்லியை சுட்டுக்கொன்ற மதன்லால் திங்கராவை லண்டனில் தூண்டிவிட்டது இந்த வ. வே. சு. அய்யர்தான். 1910 ஆம் ஆண்டின் பிற்பகுதியில் பாண்டிச்சேரிக்குச் சென்ற இவர், புரட்சி இயக்க இளைஞர்களுக்கு ரிவால்வர் சுடும் பயிற்சி அளித்துவருகிறார். "சுதந்திர நாட்டுக்குத்தான் அமைதி வழியும், அகிம்சைக் கொள்கையும் தேவை. அடிமைப்பட்டு அவதியுறும் இந்தியா போன்ற நாட்டுக்கு புரட்சி தான் உயிர். அன்னியரின் ஆதிக்கத்தை ஒழித்து, சுயாட்சியை அமைக்க பலாத்காரப் புரட்சிதான் சிறந்தவழி" என்று இளைஞர்களுக்கு போதிப்பது தான் வ. வே. சு. அய்யரின் அன்றாடவேலை.

அவரது போதனையால் கவரப்பட்ட ஏராளமான இளைஞர்கள் புரட்சி இயக்கத்தில் சேர்ந்து எதற்கும் தயாரென்று

துணிந்து விட்டார்கள். அப்படித் துணிந்த இளைஞர்களில் ஒருவன் தான் வாஞ்சிநாதன்.

1911 ஆம் ஆண்டு ஜனவரி மாதம் 11 ஆம் தேதியன்று தான் பணியாற்றிய காட்டிலாகா அதிகாரியிடம் 3 மாத விடுமுறை பெற்று வாஞ்சிநாதன் புரட்சிப் பயிற்சி பெறுவதற்காக பாண்டிச்சேரிக்குச் சென்றான்.

வ. வே. சு. அய்யர் அவனுக்கு புரட்சிக் கல்வியையும், ரிவால்வர் சுடும் பயிற்சியையும் அளித்தார். வேலையை விட்டுவிட்டு, கட்டிய இளம் மனைவியைப் பிரிந்து செல்லும் அளவுக்கு வாஞ்சி நாதன் தேசபக்திவெறிகொண்ட இளைஞன் ஆனான்.

அவனுக்கு வ. வே. சு. அய்யர் அளித்தபோதனை, அவனை மேலும் தீவிரவாதியாக்கி ஆஷ்துரையைக் கொலை செய்ய வேண்டும் என்ற வெறியை உண்டாக்கி விட்டது.

அதனால் தான் கலெக்டர் ஆஷ்துரையை வாஞ்சி நாதன் சுட்டுக் கொன்றான்! அதற்கு இந்தப் பதினான்கு எதிரிகளும் துணையாகவும் தூண்டுகோலாகவும் விளங்கினர்!"- என்ற ரீதியில் குற்றப் பத்திரிகை அமைந்திருந்தது.

"வெள்ளையர்களை அழித்தால்தான் நம் நாடு சுதந்திரம் பெற முடியும். 1908ல் நடந்த திருநெல்வேலிப் புரட்சியை நசுக்கத் திட்டமிட்டு சிதம்பரனாரையும், சிவாவையும் சதிக்குற்றம் சாட்டி சிறையில் தள்ளியவன் கலெக்டர் ஆஷ் ஒரு பாவமும் அறியாத அப்பாவிகளைச் சுட்டுபொசுக்கியவன் இந்த ஆஷ். அதற்குப் பழிவாங்க அவனைச் சுட்டு வீழத்த வேண்டும். அதற்கான ஆயுதம் புதுவையிலிருந்து நமக்கு வரும்" என்று தன்னிடம் வாஞ்சிநாதன் கூறியதாக அப்ரூவராகிவிட்ட ஆறுமுகம்பிள்ளை கோர்ட்டில் கூறினார்.

ஆஷ் துரையைச் சுட்டவுடன் ரயில் நிலையத்தில் வாஞ்சிநாதன் பறக்கவிட்ட துண்டு நோட்டீஸ் ஒன்றும் போலீஸ் தரப்பினரால் கோர்ட்டில் தாக்கல் செய்யப்பட்டது.

அதில் கூறப்பட்டிருந்த விஷயம் வருமாறு :

ஆரியர்களுக்கு ஒரு வார்த்தை

அன்னிய மிலேச்சர்களுக்கு அடிமைப்பட்டு அவரது ஆட்சியின் கீழ் அவதியும், அவமானமும் பட்டுக் கொண்டிருக்கும் நம் புனிதமான தாயகத்தை மீட்போம் என்று கடவுளின் முன்னால் சத்தியம் செய்து உறுதியெடுத்துக் கொள்ளுங்கள்! மிலேச்சரின் ஆட்சியை நமது புண்ணிய பாரத பூமியில் அனுமதிக்கிறவரைச் சகித்துக் கொள்கிற காலம் வரை, நாம் உயிரோடு இருப்பதில் அர்த்தம் இல்லை! உயிர் - இருந்தும் பிணங்கள் போல வாழும் நடைப்பிண வாழ்க்கையும் ஒரு வாழ்க்கையா?

ஆகவே, வெள்ளைப் பரங்கியரை பார்க்கும் இடத்திலெல்லாம் வெறி நாயை அடிப்பது போல கத்தியோ, கல்லோ, கம்போ வேறு எதுவோ-கையில் கிடைத்ததைக் கொண்டு அடித்துக் கொல்லுங்கள்!

ஆயுதம் எதுவும் கிடைக்காத இடமாக இருந்தால் கடவுள் கொடுத்த கைகளாலேயே அவர்களைக் கொன்று தீருங்கள்!"

இத்துடன் புரட்சி இயக்கத்தினர் வெளியிட்டதாக கூறப்படும் வேறு சில துண்டுப் பிரசுரங்களும் கோர்ட்டில் தாக்கல் செய்யப்பட்டன.

குற்றம் சாட்டப்பட்டோர் அனைவரும் தாங்கள் குற்றவாளிகள் அல்லர் என்று கூறினர்.

"இவர்கள் அனைவரும் தேசபக்தர்கள் தான். விடு தலைப் போராட்டத்தில் பங்குபெற எப்போதும் சித்தமாக இருப்பவர்கள் தான். ஆனால், வாஞ்சி நாதன் ஆஷ் துரையைச் சுட்டதற்கும் இவர்களுக்கும் எந்தவித சம்பந்தமும் இல்லை!" என்று எதிரிகள் தரப்பில் ஆஜரான வழக்கறிஞர்கள் வாதித்தனர்.

தீர்ப்பு

ஜுரிகள் இல்லாமலே வழக்கை விசாரித்த நீதிபதிகள் மூவரும் ஏக மன தாக அளித்த தீர்ப்பு, "அழகப்ப பிள்ளை, பிச்சுமணி அய்யர் முதலிய 5 பேர் குற்றமற்றவர்கள் என்று கருதுவதால் விடுதலை செய்யப்படுகிறார்கள்.

இதர 9பேரும் குற்றவாளிகள் தான்! நீலகண்ட பிரம்மச்சாரி, சங்கர கிருஷ்ணய்யர் ஆகியோருக்கு 7 ஆண்டு கடுங்காவல் தண்டனை! மற்ற 7 பேருக்கும் 2 முதல் 5 ஆண்டுகள் வரை கடுங்காவல் தண்டனை"

தண்டனையை எதிர்த்து தேசபக்தர்களின் சார்பில் உயர் நீதிமன்றத்திற்கு அப்பீல் செய்யப்பட்டது! உயர் நீதிமன்றம் அப்பீலை நிராகரித்து கீழ்கோர்ட் தண்டனையை உறுதி செய்தது!

அதனால் அந்த தேசபக்தர்கள் அனைவரும் சிறைத் தண்டனையை அனுபவிக்க நேர்ந்தது!

✦✦✦

கறுப்பு சிங்கம் மாண்டெலா

நெல்சன் மாண்டெலா:

உலக பத்திரிகைகளில் 'இதோ விடுதலை செய்யப்படுவார்' என்று ஹேஸ்யங்களாக அவ்வப்போது வரும் செய்திகளுக்கு பஞ்சமில்லை. அவர் சிறை சென்று இருபத்தி நான்கு ஆண்டுகள் உருண்டோடிவிட்டன. 1987 ன் இறுதிக்குள் விடுதலை செய்யப்படுவார் என்று சமீபத்திய ஏடு கூட தெரிவித்தது.

தென்னாப்பிரிக்க அரசின் நிறவெறியைக் கண்டனம் செய்யாதோர் எவருமில்லை. ஆனாலும் இங்கிலாந்தின் மூலதன செழிப்பில், கறுப்பர்களின் கடின உழைப்பில், மலிவு கூலியில் வளர்ந்து நிற்கும் தென்னாப்

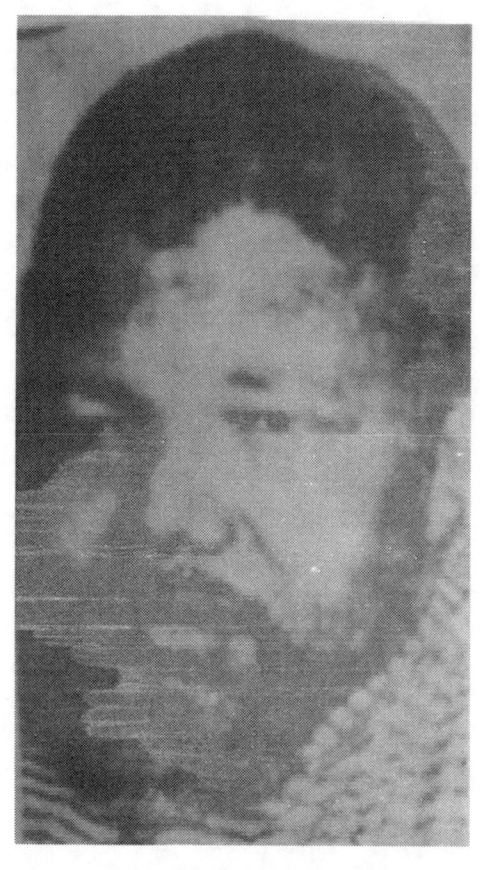

கறுப்பர்களின் நம்பிக்கை நட்சத்திரம் நெல்சன் மாண்டெலா

பிரிக்காவின் சிறுபான்மையினரான வெள்ளையர்கள் இன்னும் பணிந்து விடவில்லை என்பது இந்த நூற்றாண்டின் அவலம் தான்.

ஆப்பிரிக்க தேசிய காங்கிரஸ் கட்சியின் போராட்டங்கள் அஹிம்சா முறையாக மட்டும் இருக்கவில்லை. பல்வேறு வடிவங்களையும் அது பார்த்துவிட்டது.

நெல்சன் மாண்டெலா மீது மூன்று வழக்குகள் நடைபெற்றன. வழக்கறிஞரான மாண்டெலா தானே எல்லா வழக்குகளிலும் வாதம் புரிந்தார்.

அவரது விசாரணை வெறும் சட்ட கோணத்திலிருந்து மட்டும் எழவில்லை. அவரது வாதங்கள் கறுப்பர்கள் தரப்பு நியாயத்தை சுட்டிக் காட்டுகின்றன. வெள்ளையர்களின் ஆதிக்க மனோபாவத்தை, ஜனநாயக விரோதப் பண்பை, கேவலமான அடக்குமுறைகளை சுட்டிக் காட்டுகின்றன. உலக மக்கள் மன்றத்தின் முன்பு நியாயம் கோரும் சமூக நீதியின் குரலே மாண்டெலாவின் குரல். அது மாண்டெலாவின் குரல் மாத்திரம் அல்ல. அடக்கப்பட்ட, நிறவெறிக்கு ஆளான கறுப்பின மக்களின் ஏகோபித்த- மனித உரிமைக்கான உரிமைக் குரல் அது. அவற்றின் விளைவே இன்றைய கறுப்பர்களின் போராட்டங்களில் மனசாட்சிக்கும், மனித மாண்பிற்கும் மதிப்பளிக்கிற வெள்ளையர்கள் சிலரும் போர் முன்னணியில் நிற்கிற செய்தி. இனி-

தேச துரோக வழக்கு 1960:

இவ்வழக்கில் நெல்சன் மாண்டெலா தவிர வேறு சிலரும் குற்றம் சாட்டப்பட்டனர். அரசு தரப்பு, பெஞ்ச் கேட்ட கேள்வி களுக்கு அனைவரின் சார்பிலும் பேசினார் மாண்டெலா.

அரசு தரப்பு:

மக்களின் ஜன நாயகத்தை படிப்படியான சீர் திருத்தங்கள் மூலம் சாதிக்க இயலுமா?

மாண்டெலா:

காங்கிரஸ் கட்சி எல்லோருக்கும் வாக்குரிமை வேண்டும் என கோருகிறது. எங்களது கோரிக்கையை அடைவதற்கு நாங்கள் பொருளாதார நிர்ப்பந்தத்தை செலுத்த விரும்புகிறோம். முதல் கட்டம் ஒத்துழையாமை பிரச்சாரம். பின் வேலைக்கு செல்லாமல் வீடுகளிலேயே தங்கிக் கொள்வோம். பேச்சு வார்த்தைக்கு கூட நாங்கள் அழைக்கப்படவில்லை. ஆனால் அதிகாரத்தை பங்கு போட ஐரோப்பியர்கள் தயாராயில்லை. எங்களுக்கு 60 இடங்களை ஒதுக்குங்கள். நாங்கள் ஒத்துழையாமைப் போராட்டத்தை ஐந்தாண்டுகளுக்கு ஒத்தி வைக்கிறோம். இனங்களுக்குள் புரிதலும் சகவாழ்வும் நிலவுகிறதா என பார்ப்போம். அதற்கு வாய்ப்பு தாருங்கள்.

பெஞ்ச்:

அரசின் கொள்கை தளர்ச்சி பெற்றிருப்பதாக தெரியவில்லை. அப்படியானால் உங்களின் திட்டம் என்ன?

மாண்டெலா :

எங்களது நிர்ப்பந்தங்கள் தோல்வி பெறும் எனக் கருத இடமில்லை. ஆனால் நேரடியாக நிலைமை சீரடைந்துவிடும் என்றும் நாங்கள் நினைக்கவில்லை. அடிமேல் அடி வைத்தால் அம்மியும் நகரும் என்பது எங்களின் நம்பிக்கை. உலக மக்களின் ஆதரவு எங்களுக்கு சாதகமாக இருக்கிறது என்ற சூழலில் இரும்புக் கரம் கொண்டு எங்களை அடக்குவதென்பது அரசாங்கத்திற்கு இயலாது.

அரசு தரப்பு :

அரசாங்கம் காங்கிரஸ் இயக்கத்தின் மீது வன்முறையைப் பிரயோகிக்கும் என்று எதிர்பார்க்கிறீர்களா?

மாண்டெலா :

ஆம். ஆனால் எங்கள் தரப்பிலிருந்து வன்முறை இருக்கக் கூடாது என்பதில் கவனமாக உள்ளோம்.

பெஞ்ச்:

என்ன மாதிரியான எச்சரிக்கை நடவடிக்கைகள்?

மாண்டெலா :

1952ல் நாங்கள் ஒத்துழையாமை பிரச்சாரத்தை மேற்கொண்டோம். பின் வீடுகளில் தங்கும் போராட்டத்தை நடத்தினோம். 'வேலை நிறுத்தம்' என்பது வேறு - இப்போராட்டம் வேறு - ஒருமுறை கூட நாங்கள் வேலை நிறுத்தம் செய்யவில்லை. வேலை நிறுத்தம் என்பது போராட்டத்தில் ஈடுபடுவோர், வேலைக்கு சென்ற பிற பிரிவினரை மறித்து தடுப்பது. நாங்கள் ஒரு போதும் அவ்வாறு செய்யவில்லை. காரணம் போலீசாரின் வன்முறையை தவிர்க்க விரும்பினோம்.

அரசாங்கம் ஆயிரக்கணக்கில் எம் மக்களைக் கொல்வதற்கோ, அச்சுறுத்துவதற்கோ தயங்காது என்பது எங்களின் எண்ணம்.

ஆனால் எங்களின் போராட்டமுறைகளினால் நாங்கள் மேலும் பலம்பெற்றிருக்கிறோம். காங்கிரஸ் வலுப் பெற்றிருக்கிறது.

பெஞ்ச் :

இத்தகைய போராட்ட முறைகளினால் ஏதும் சாதிக்க முடிந்ததா?

மாண்டெலா :

இல்லை. நாங்கள் சாதித்ததெல்லாம் எங்களுக்காக போராட்ட களத்தை தயார் செய்தது தான். பிற கட்சிகளும் எங்களின் கோரிக்கைகளை முழங்கவில்லையா? அதுதான் எங்களின் போராட்ட முறை சாதித்தது எனலாம்.

பெஞ்ச் :

ஒருவருக்கு ஒரு ஓட்டு வேண்டுமென கேட்கிறீர்களா?

மாண்டேலா :

வெள்ளையர்கள் அரசியல் அதிகாரத்தை தாங்கள் மட்டுமே வைத்துக் கொள்ள விரும்புகின்றனர். எங்களின் அயராத கூப்பாடுகள் வெள்ளையர்களின் கட்சிக்குள் கூட எங்களின் ஓட்டுரிமையை அங்கீகரிக்க வேண்டும் என்ற கருத்தை உருவாக்கியுள்ளன. வெள்ளையர்கள் விரும்பினாலும் விரும்பா விட்டாலும் அதிகாரத்தை பகிர்ந்து கொள்ள வேண்டிய கட்டாயம் ஏற்படும். எங்களின் எண்ணிக்கை பலத்தைக் காட்டுவோம்.

பெஞ்ச் :

எவ்வாறு?

மாண்டேலா :

உதாரணமாக வேலைக்கு செல்லாமல் வீடுகளில் தங்குவதன் மூலம் நாங்கள் அவர்களின் வயிற்றில் அடிப்போம் நாங்கள் உழைத்தால் தானே அவர்களுக்கு சோறு. இது பொருளாதார நிர்பந்தத்தை தொடர்ந்து ஏற்படுத்தும்.

எதிர் தரப்பு :

(ஆப்பிரிக்க தேசிய காங்கிரசின் இளைஞர் அணியின் கொள்கை அறிக்கை குறித்து தேசீயம் மற்றும் பழங்குடிகள் குறித்த நோக்கங்கள் என்ன ?

மாண்டேலா :

பல்வேறு ஆப்பிரிக்க பழங்குடி சமூகங்களை ஐக்கிய ஆப்பிரிக்க சமூகத்திற்குள் கொண்டு வருவதே காங்கிரஸின் கொள்கையாக இருந்து வந்துள்ளது.

எதிர்தரப்பு :

கட்சியின் வழிமுறைகளும் செயல்பாடுகளும் மாற்றப்பட வேண்டும் என இளைஞர் அணி விரும்பியதா ?

மாண்டெலா :

1949ல் இளைஞர் அணி உதயமாகும் முன்பு மனுப் போடுவதும் மண்டியிடுவதுமே காங்கிரஸின் செயல்பாடாக இருந்து வந்துள்ளது. ஆனால் இப்போது சூழ்நிலை மாறிவிட்டது. போர்க் குணமிக்க போராட்ட வடிவங்கள் அவசியமாகி விட்டன. வீடுகளில் தங்குவது ஒத்துமை யாமை, மறியல் போன்றவை அறிமுகமாகி விட்டன.

எதிர் தரப்பு :

கம்யூனிஸ்ட்களை காங்கிரஸை விட்டு வெளியேற்ற வேண்டும் மென்ற தீர்மானம் பற்றி ....

மாண்டெலா :

அந்த தீர்மானம் நிறைவேற்றப்படவில்லை. பெரும் பான்மையான உறுப்பினர்கள் தீர்மானத்தை ஆதரிக்கவில்லை.

எதிர்தரப்பு :

ஏன்?

மாண்டெலா :

காங்கிரஸில் 17 வயது நிரம்பிய எவரும் உறுப்பினராகலாம். அவரின் அரசியல் கருத்துக்கள் என்னவாக இருந்தாலும் சரிதான்.

எதிர் தரப்பு :

நீங்கள் கம்யூனிஸ்டா?

மாண்டெலா :

அல்ல. ஆனால் நான் கம்யூனிஸ்ட்களுடன் இணைந்து செயல்பட்டிருக்கிறேன். அவர்கள் காங்கிரசுக்கு விசுவாச மானவர்கள். அதன் கொள்கைகளை ஏற்றுக் கொண்டவர்கள். ஆனாலும் தனிப்பட்ட முறையில், அவர்களை வெளியேற்ற வேண்டுமென்ற தீர்மானத்தை ஆதரித்தேன்.

எதிர்தரப்பு :

கம்யூனிச தடுப்பு சட்டம் குறித்து என்ன சொல்ல விரும்புகிறீர்கள்?

மாண்டெலா :

இச்சட்டம் எங்களின் அரசியல் ஸ்தாபனத்தின் உரிமையில் அத்துமீறி நுழைவதாகும். இது தென்னாப்பிரிக்க கம்யூனிஸ்ட் கட்சிக்கு எதிரான சட்டம் என்று மட்டும் நாங்கள் நினைக்கவில்லை. மாறாக தென்னாப்பிரிக்க அரசின் இனவெறிக் கொள்கையை எதிர்க்கிற எல்லா அரசியல் ஸ்தாபனத்திற்கும் தன் கொள்கைகளை தன் பார்வையை பிரச்சாரம் செய்ய ஸ்தாபனத்தை நிறுவ உரிமை உடையது. எனவே அச்சட்டத்தை நாங்கள் எதிர்க்கிறோம்.

பெஞ்ச் :

உங்களின் சுதந்திரம் ஐரோப்பியர்களுக்கு நேரடி அச்சுறுத்தல் அல்லவா?

மாண்டெலா :

இல்லை. நாங்கள் வெள்ளையர்களுக்கு எதிரானவர்கள் அல்ல. ஆனால் வெள்ளை மேலாதிக்கத்தை எதிர்க்கிறோம். ஐரோப்பிய நாடுகளில் கூட எங்களின் போராட்டம் நியாயம் தான் என்ற கருத்தும் ஆதரவும் இருப்பது வெளிப்படையான செய்தி.

பெஞ்ச் :

ஒரு கட்சி ஆட்சி முறை பற்றி ...

மாண்டெலா :

வடிவம் பற்றிய விஷயம் அல்ல இது. ஜன நாயகம் குறித்த அடிப்படை விஷயம் இது. ஒரு கட்சி முறையில் ஜன நாயகத் தத்துவம் நன்கு வெளிப்படுமாயின் அதை பரிசீலிக்கிறேன். ஆனால் பல கட்சி முறையில் ஜன நாயகம் மேலும் நன்கு வெளிப்படுமாயின் அதை ஏற்றுக்கொள்ள வேண்டும்.

பெஞ்ச் :

வர்க்கமற்ற சமுதாயம் உங்களைக் கவர்ந்ததா?

மாண்டெலா :

ஆம், மிகவும் கவர்ந்தது. வர்க்கம் இருப்பதாலேயே பல தீமைகள் ஏற்படுகின்றன. வர்க்கம் இருப்பதாலேயே ஒரு வர்க்கம் மற்றொரு வர்க்கத்தை சுரண்டுகிறது. ஆனால் .... காங்கிரஸ் இயக்கத்திற்கும் இது குறித்த கொள்கை ஏதும் இல்லை.

எதிர்தரப்பு :

ஏகாதிபத்தியம் குறித்து?

மாண்டெலா :

எங்களுடைய அனுபவத்தில் இன்றைய ஏகாதிபத்தியம் மக்களை அடக்குவதற்கும், சுரண்டுவதற்கும், கொல்வதற்கும், கோடிக் கணக்கானோரை அழிப்பதற்கும் கருவியாக இருந்து வருகிறது. இத்தகைய அமைப்பை நாங்கள் ஆதரிக்க முடியாது.

இந்த விசாரணை நான்கரை ஆண்டுகள் நடைபெற்றது. வன் முறை பயன்படுத்தப்பட்டது என்றோ கம்யூனிஸ்ட்கள் ஆப்பிரிக்க தேசீய காங்கிரசுக்குள் ஊடுறுவி இருந்தனர் என்றோ நிரூபிக்கப்படவில்லை. 1961ல் எல்லோரும் விடுதலை செய்யப்பட்டனர்.

✦✦✦

இரண்டாவது விசாரணை

1960ம் ஆண்டை ஆப்பிரிக்க ஆண்டென ஐ. நா. சபை அறிவித்திருந்தது. ஆனால் தென்னாப்பிரிக்காவைப் பொறுத்த வரை அது ஒரு துயரமான ஆண்டாகும். 1960 மார்ச் 21 அன்று அமைதியான நிராயுதபாணியான மக்கள் போலீசாரால் சுடப்பட்டனர். 69 பேர் கொல்லப்பட்டனர். 176 பேர் படுகாயமடைந்தனர். தலைவர் லூட்லி தன் அடையாளச் சீட்டைக் கொளுத்தினார். பலரும் அதே காரியத்தை செய்தனர். அரசாங்கம் கோபமடைந்து அவசர நிலையை பிறப்பித்தது. இருபதாயிரம் பேர் - மாண்டெலாவையும் சேர்த்து - கைது செய்யப்பட்டனர். காங்கிரஸ் கட்சி

தடை செய்யப்பட்டது. 1961 தொடக்கத்தில் மாண்டெலா விடுதலையானார்.

படுகொலைகளின் காரணமாக தீவிரவாத இயக்கம் தோன்றியது. அதன் பெயர் 'உம்காண்டோ' என்பதாகும். எம்கே என்ற பெயரும் உண்டு. மாண்டெலா தலைமறைவானார். எத்தியோப்பியாவில் நடைபெற்ற மா நாட்டிற்கு சென்று 5.8-62 அன்று கலந்து கொண்டனர். அப்போது அவர் தலைமறைவாகி 17 மாதங்கள் உருண்டோடி விட்டன.

நாடாலில் அக்டோபர் மாதத்தில் மாண்டெலா கைது செய்யப்பட்டார். அவர் மீது இரு குற்றங்கள் சுமத்தப்பட்டன. 1961ல் போராட்டத்தை தூண்டியது, உரிய அனுமதி பத்திரங்கள் இன்றி நாட்டை விட்டு வெளிநாட்டிற்கு சென்றது. வெள்ளை நீதிமன்றத்தில் கறுப்பு மனிதன்

ப்ரட்டோரியா நகரில் பழைய சினோகாக் நீதிமன்றத்தில் விசாரணை நடைபெற்றது. வழக்கம் போல் மாண்டெலா எல்லோர் சார்பிலும் ஆஜரானார்.

மாண்டெலா பேசியவற்றின் சாரம் இதுதான்.

"இங்கே குற்றம் சுமத்தியிருப்பது வெள்ளை அரசாங்கம். அரசாங்கத்தில் நாங்கள் யாருமில்லை. இந்த சட்டங்கள் எங்களைக் கலந்து பேசி உருவாக்கப்பட்டவை அல்ல. எங்களை கைது செய்த போலீசா வெள்ளையர்களே. அரசு தரப்பு வழக்கறிஞர் வெள்ளையர். நீதிபதியும் வெள்ளையர். ஏன் எங்களை சிறைக் கொட்டடியில் அடைக்கும் சேவகர்கூட வெள்ளையர். இந்த நீதிமன்றத்தின் சூழ்நிலை எங்களுக்கு அந்நியமான ஒன்று. இங்கே எங்களுக்கு நீதி கிடைக்கும் என்று நாங்கள் நம்பவில்லை. ஆனால் எங்கள் மீது சுமத்தப்பட்டுள்ள குற்றங்களை நான் மறுக்கிறேன். அவ்வளவு தான்"

"நான் சிறுவனாய் இருந்த போது பெரியவர்கள் சொல்வதை நான் கேட்டிருக்கிறேன். வெள்ளையர்கள் இங்கு வருவதற்கு முன்பு இந்த தேசம் அமைதிப் பூங்காவாக இருந்தது என்பதையும் மன்னர்கள் கூட ஜன நாயக நல்லாட்சியை

நடத்தினார்கள் என்பதையும் நான் கேட்டிருக்கிறேன். நிலம் எங்களுடையது, இந்த மண்ணும் வளங்களும் எங்களுக்கே சொந்தமானவை. அதன் அழகும் வனப்பும் எங்களுக்கே உரிமை. அரசு எங்களுடையது, ராணுவம் எங்களுடையது, இதிகாச காலங்களின் வீர சாகசங்களை நான் குழந்தைப் பருவத்தில் கேட்டிருக்கிறேன்.

ஆனால் இன்றோ எங்கள் தேசத்திலேயே நாங்கள் கறுப்பர்கள் என இழிக்கப்படுகிறோம். அவமானப்படுத்தப் படுகிறோம். உரிமைகள் மறுக்கப்படுகிறோம். அடிமைகளாய் இழி மக்களாய் நடத்தப்படுகிறோம்."

என்று குமுறினார் மாண்டெலா.

இவ்வழக்கில் மாண்டெலா ஐந்தாண்டு சிறைவாசம் விதிக்கப்பட்டார். தடையுத்தரவுகளை மீறி மக்கள் ஆயிரக் கணக்கில் திரண்டனர். தெருக்களில் விடுதலைப் பாடல்களை உரத்துப்பாடினர். மாண்டெலாவை போராட்டத்தைத் தொடருங்கள் என்று அறைகூவல் எழுப்பினர்.

அரசை எதிர்த்து பயங்கரச் செயல்கள் நடை பெற்றதால் அரசாங்கம் கடுமையான சட்டங்களை ஏவியது. தலைமறைவு தலைவர்களான வால்டர் சிசுலு உட்பட பலர் ரிவோனியாவுக்கு அருகில் உள்ள பண்ணை ஒன்றில் கைது செய்யப்பட்டனர்.

அத்தனை வீரர்கள் மீதும் தேசத்துரோக குற்றம் சுமத்தப் பட்டது. அதற்கு தண்டனை மரணம் என்பதை அறிந்திருந்த வீர மறவர்கள் "உன் விசாரணைக்கு நாங்கள் உட்படமாட்டோம்" என்று நெஞ்சை நிமிர்த்திக் கூறிவிட்டு விசாரணையை அரசியல் பிரச்சார மேடையாக மாற்றி உலகையே பரபரப்பாக்கினர். இவ்வழக்கே ரிவோனியா' வழக்கு என்று அழைக்கப்பட்டது.

ஐ. நா. சபையின் பெருவாரியான வாக்கின் மூலம் நிறைவேற்றப்பட்ட தீர்மானம் இவ்வீரர்களை விடுதலை செய்ய கோரியது.

✦✦✦

ரிவோனியா விசாரணை

1963 அக்டோபரில் விசாரணை தொடங்கிற்று. வன்முறை புரட்சிக்கு மக்களை தூண்டினார்கள் என்று குற்றம் சுமத்தப் பட்டது. கவிழ்ப்புச் சட்டம், கம்யூனிச தடுப்பு சட்டம், குற்றவியல் சட்டம் ஆகியவை பாய்ந்தன.

இவ்வழக்கில் நெல்சன் மாண்டெலா வாதம் ஏதும் செய்யவில்லை. சாட்சியமே அளிக்கவில்லை. மாறாக 20-4-64 ல் ஓர் அறிக்கையை அளித்தார். அதன் சாரம்:

இந்த தீவிரவாத இயக்கத்தை ஸ்தாபிக்க உதவியவர்களின் நானும் ஒருவன். அரசின் முரட்டுத்தனமான பிடிவாதக் கொள்கையின்

காரணமாக வன்முறை தவிர்க்க இயலாத ஒன்றாகிவிட்டதும், ஒரு சரியான வடிகால் இல்லாவிடில் பயங்கரவாதம் தலைவிரித்தாடுவது தவிர்க்க இயலாத ஒன்று என்பதும் இந்த இயக்கம் தோன்றியமைக்கு காரணங்கள். மேலும் சட்டப்பூர்வமான எதிர்ப்பின் கதவுகள் அடைக்கப்பட்டு - விட்டன. வெள்ளை மேலாதிக்கத்தை எதிர்க்க இதைத் தவிர மக்களுக்கு வேறு மாற்று வழி இல்லை.

ஒன்று எங்கள் அவல நிலையை அப்படியே ஏற்றுக் கொள்வது. மற்றது சட்டத்தை மீறுவது. எங்களின் சுயமரியாதையை கண்ணியத்தைக் காப்பாற்ற நாங்கள் இரண்டாவது வழியைத் தேர்ந்தெடுத்தோம்.

நாங்கள் தேர்ந்தெடுத்த வன்முறை பயங்கரவாதம் அல்ல. இந்த இயக்கத்தை நிறுவிய அனைவருமே அஹிம்சா வழியிலான காங்கிரஸ் கட்சியைச் சேர்ந்தவர்கள்.

1912ல் தொடங்கப்பட்ட காங்கிரஸ் கட்சி மனுப்போட்டது. தூதுக் குழுக்களை அனுப்பியது - வெள்ளை அரசு அசைந்து கொடுக்கவில்லை. எங்கள் மக்களின் துயரங்கள் முடிவுக்கு வந்தபாடில்லை. உரிமைகளை அதிகம் பெறாவிட்டாலும் கூட பரவாயில்லை. இருந்த உரிமைகளையும் இழந்து வந்திருக்கிறோம்.

எங்களின் தலைவரும் சமாதானத்திற்கான நோபல் பரிசைப் பெற்றவருமான லுட்லி வேதனையுடன் சொன்னார். “என் வாழ்நாளில் முப்பது ஆண்டுகள் ஒரு முரட்டுக் கதவை பொறுமையுடனும், மென்மையாகவும் பண்புடனும் தட்டி பலனற்று நிற்கிறேன். எனது மென்மை மதிக்கப்பட்டதா? கறுப்பு சட்டங்கள் தானே உயிர் பெற்று வந்தன. உரிமைகள் ஒன்றுமற்று நிராதரவாக அல்லவா என மக்கள் நின்று கொண்டு இருக்கிறார்கள்”.

1949க்குப் பின் கூட காங்கிரஸ் வன்முறையைத் தவிர்த்துத் தான் வந்துள்ளது. ஆனால் இந்த காலகட்டத்தில் சட்டத்திற்குட் பட்ட போராட்ட முறை மாறி சட்டத்தை மீறுகிற ஆனால் சாத்வீகமான போராட்ட முறை நிறவெறியை ஒழிக்க தேவை

என ஏற்கப்பட்டது. ஒத்துழையாமை இயக்கத்தை பிரச்சாரம் செய்தோம். பின் 8,500 பேர் சிறை சென்றனர்.

விளைவு புதிய சட்டங்கள் வந்தன. குற்றவியல் திருத்தச் சட்டம், சட்ட எதிர்ப்பு கிளர்ச்சிகளுக்கு அதிக தண்டனைக்கு வழி செய்தது. ஆனாலும் சாத்வீக சட்ட எதிர்ப்பு தொடர்ந்தது. கைதுகள் வாடிக்கையாகின. கம்யூனிச எதிர்ப்புச் சட்டம் வந்தது. நாங்கள் கைதாகி ஐந்தாண்டுகளுக்குப் பின் விடுவிக்கப் பட்டோம். 1960ல் சார்பவல்லியில் துப்பாக்கி சூடு. காங்கிரஸ் இயக்கம் தடை செய்யப்பட்டது.

1960ல் ஆப்பிரிக்கா ஒரு வாக்கெடுப்பின் மூலம் குடியரசு ஆகியது. ஆனால் 70 சதவீத மக்களான கறுப்பர்களுக்கு வாக்குரிமை தரப்படவில்லை. ஒரு தேசிய மாநாட்டைக் கூட்டினோம். பல்வேறு அரசியல் கருத்துடையவர்கள் கலந்து கொண்டனர். வீடுகளில் தங்கிக் கொள்ளும் சாத்வீக போராட்டத்திற்கு நான் தலைமையேற்றேன். கைது செய்யப்படுவதை தவிர்க்க என் வீட்டைத் துறந்து குடும்பத்தை மறந்து வழக்கறிஞர் தொழிலை கைவிட்டு தலைமறைவானேன்.

1957ல் பெண்கள் அடையாள அட்டை வைத்துக் கொள்ள வேண்டும் என்றனர். எங்கும் வன்முறை. அரசு பயங்கர வாதச் செயல்கள். கொடுமைகள் எல்லையின்றி சென்றன. ஏற்கனவே நகர்புறங்களில் கொரில்லா குழுக்கள் தோன்றி வன்முறையான அரசியல் பாதையை மேற்கொண்டன. பயங்கரவாதம் தலைதூக்கக் கூடிய அறிகுறிகள் தென்பட்டன.

போர் முறை:

உள் நாட்டுப் போரை நாங்கள் தவிர்க்க விரும்பிய போதிலும் வன்முறையை ஏற்றுக் கொள்ளுகிற பட்சத்தில் ஏதேனும் ஒரு கட்டத்தில் உள் நாட்டுப் போர் தவிர்க்க இயலாததாகி விடும் என்பதை உணர்ந்து உள்ளோம். எங்களது திட்டம். எத்தகைய சூழ்நிலைக்கும் பொருந்துகிற வகையில் இலகுவாக இருக்க வேண்டும். உள் நாட்டு போர்தான் தேவை என நாங்கள் தீர்மானிக்கவில்லை. அதே நேரத்தில் தவிர்க்க இயலாதபோது அதனை எதிர்கொள்ள தயாராகி விட்டோம்.

எங்கள் முன் கொரில்லா போர் முறை, பயங்கரவாதம், வெளிப்படையானபுரட்சி ஆகிய வன்முறை வழிகள் இருக்கின்றன. கொரில்லா முறையை முழுமையாகப் பயன்படுத்திக்கொள்ள முடிவு செய்தோம். எங்களது அரசியல் பின்னணியை கவனித்தால் இது சரியான முடிவு என்பதை உணரலாம்.

கவிழ்ப்பு நடவடிக்கைகளில் மனித உயிர் இழப்பு ஏதும் இல்லை. இனி எதிர்காலத்திலும் இனங்களுக்கிடையிலான உறவை அது பாதிப்பதில்லை. கசப்புணர்ச்சி குறைவாகாது இருக்கும். ஜனநாயக ஆட்சியை நிறுவுவதற்கான சாத்தியங்களும் இருக்கும்.

எங்களின் தீவிரவாத ஸ்தாபனம் ரத்தம் சிந்து தலையும் மோதல்களையும் தவிர்த்து விடுதலை அடையவே விரும்பியது. எங்களின் முதல் செயல்பாடு கூட அரசாங்கத்தையும் அதன் ஆதரவாளர்களையும் காலம் கடப்பதற்கு முன் விழிப்படையச் செய்யுமாயின் இப்போது கூட உள் நாட்டுப் போரை தவிர்த்து விடலாம்.

அந்நிய தென்னாப்பிரிக்காவின் பொருளாதாரம் அந்நிய மூல தனத்தையும் அந்நிய வர்த்தகத்தையுமே நம்பி உள்ளது. மின்சார தளங்களை அழிப்பதன் மூலம், ரயில் போக்குவரத்து தொலைபேசி தொடர்புகளைத் துண்டிப்பதன் மூலம் மூலதன மூட்டைகள் நாட்டை விட்டு ஓட நிர்பந்திப்பது

நிறவெறியின் சின்னங்களாகிய அரசாங்க கட்டிடங்களை தகர்த்தெறிவது. எங்களின் மற்றொரு திட்டம். இத்தாக்குதல்கள் மக்களை உற்சாகமடையச் செய்யும். அரசின் வன்முறைக்கு நாங்கள் பதிலடி கொடுத்து விட்டதாக எங்கள் மக்களிடமும் ஆதரவாளர்களிடமும் நாங்கள் கூறியாக வேண்டும். நாங்கள் மக்களின் வன்முறை செயல்பாடுகளுக்கு வடிகால் அமைத்துத் தந்தாக வேண்டும்.

வெளி நாடுகள் தென்னாப்பிரிக்க அரசாங்கத்தின் மீது நிர்பந்தம் செலுத்த வேண்டுமாயின் நாங்கள் வெகுஜன செயல்பாடுகளை எடுத்துச் சென்றாக வேண்டும்.

'உம்காண்டோ' இயக்கம் தன் முதல் நடவடிக்கையை 16-12-61ல் செயல்படுத்தியது. ஜோஹான்னஸ்பர்க், போர்ட் எலிசபத், தர்பான் ஆகிய நகரங்களில் உள்ள அரசாங்க கட்டிடங்களைத் தாக்கியது. உயிர் சேதம் ஏதும் இல்லை ஆட்களில்லா கட்டிடங்களும் மின் தளங்களுமே தாக்கப்பட்டன.

'உம்காண்டோ' இயக்கத்தின் அறிக்கை அரசை விழிப்படையச் செய்யவில்லை. வெள்ளையர்களும் மாற்று வழிகளை பிரஸ்தாபிக்கவில்லை. மூர்க்கத்தனமாக பிரச்சனையை அரசாங்கம் அணுகியது. மாறாக கறுப்பின மக்கள் அறிக்கையை வரவேற்றார்கள். அவர்களிடம் நம்பிக்கை பிறந்தது. கறுப்பின மக்கள் பரபரப்பான செய்திகளைத் - தேடி அலைந்தனர்.

ராணுவப் பயிற்சி.

வெள்ளையர்கள் அனைவருமே கட்டாயமாக ராணுவப் பயிற்சி பெற்றாக வேண்டும் என்று உள்ளது. எனவே நாங்களும் தயாராக இருந்தாக வேண்டும். 1962ல் நான் வெளி நாடு சென்றபோது போர் முறைகளையும் புரட்சி வழிகளையும் கற்றேன். மேலும் சிலரை பயிற்சிக்கு அனுப்பினேன். நான் திரும்பி வந்தபோது, கவிழ்ப்பு நடவடிக்கைக்கு மரண தண்டனை என்று சட்டம் இயற்றி இருந்தனர்.

காங்கிரஸ் கட்சி பரந்துபட்ட மக்களின் இயக்கமாகவும் உம்காண்டோ சிறிய அமைப்பாகவும் இருந்தது. பல்வேறு இனத்தைச் சேர்ந்த மக்களும் அதில் பங்கேற்றனர்.

அரசாங்கம் சுமத்தியுள்ள மற்றொரு குற்றச்சாட்டு காங்கிரஸின் நோக்கமும் கம்யூனிஸ்ட் கட்சியின் நோக்கமும் ஒன்று தான் என்பதாகும்.

காங்கிரஸின் லட்சியம்:

ஆப்பிரிக்க தேசியம் தான் காங்கிரஸின் கோட்பாடாகும். 'வெள்ளையர்களை கடலுக்குள் துரத்துவோம்' என்பதே காங்கிரஸின் கோஷம். ஆப்பிரிக்க மக்களுக்கு விடுதலை பெற்றுத் தருவதே அதன் லட்சியம்.

சோசலிசம் அதன் லட்சியம் அல்ல. நிலங்களை மறுபடி பங்கிட வேண்டும்; தேசீயமயமாக்கத் தேவையில்லை. வங்கிகளும், சுரங்கங்களும், ஒரே இனத்தால் கட்டுப்படுத்தப்படும் ஏகபோக தொழில்களும் தேசீய மயமாக்கப்பட வேண்டும். தொழில்களை தேசிய மயமாக்க வில்லை எனில் ஒரு குறிப்பிட்ட இனத்தின் அரசியல் அதிகாரத்தை அகற்றுவதென்பது இயலாத காரியம். ஐரோப்பிய கம்பெனிகளுக்குச் சொந்தமான சுரங்கங்களை தேசிய மயமாக்குவது அவசியத் தேவை ஆகும்.

கம்யூனிஸ்ட்கள் :

ஆனால் எனக்குத் தெரிந்தவரை கம்யூனிஸ்ட் கட்சியின் கொள்கை மார்க்சீய கொள்கைகளின் அடிப்படையில் அரசை அமைப்பதாகும். கம்யூனிஸ்ட் கட்சி ஆப்பிரிக்க மக்களின் விடுதலையை ஓர் ஆரம்பம் தான் என்று ஏற்றுக் கொள் கிறதே அன்றி அதுவே முடிவான லட்சியம் என கருதவில்லை .

காங்கிரஸ் கட்சிக்கும் கம்யூனிஸ்ட் கட்சிக்கும் இடையே நெருக்க மான உறவும் ஒத்துழைப்பும் இருப்பதை நான் மறுக்கவில்லை. வெள்ளை ஆதிக்கத்தை அகற்றுகிற விஷயம் வரை தான் ஒத்துழைப்பு இருக்கிறது. அதற்கு அப்பால் அல்ல.

உலக வரலாற்றிலும் அதற்கான உதாரணம் ஏராளம் உண்டு. ஹிட்லரின் பாசிசத்தை எதிர்க்க சோவியத் யூனியனும் அமெரிக்காவும், பிரிட்டனும் ஒன்று சேரவில்லையா? அதன் காரணமாக சர்ச்சிலோ ரூஸ்வெல்டோ கம்யூனிஸ்டாக மாறிவிட்டனர் என்று யாராவது சொன் னார்களா? அல்லது அவர்களின் கம்யூனிஸ்ட்களின் கையாட்கள் என்று யாராவது சொன்னார்களா? பிரிட்டனும் அமெரிக்காவும் கம்யூனிஸ உலகத்தை உருவாக்க பாடுபட்டனர் என்று யாராவது குற்றம் சாட்டினார்களா?

உம்காண்டோ இயக்கம் ஸ்தாபிக்கப்பட்ட உடன் கம்யூனிஸ்ட்கள் அதனை ஆதரிப்பதாக தெரிவித்தார்கள் பின் ஒரு கட்டத்தில் கம்யூனிஸ்ட்கள் ஆதரவை வெளிப்படையாக அறிவித்தார்கள்.

காலனி நாடுகளின் விடுதலைக்கு கம்யூனிஸ்ட்கள் பெரும்பங்காற்றி இருக்கிறார்கள் என்று நம்புகிறேன். கம்யூனிஸ்ட்களின் குறுகிய கால லட்சியம் அதுதான். அதுவே தேசிய இயக்கங்களின் இறுதி லட்சியமாக இருந்திருக்கிறது. மலேயா, அல்ஜீரியா, இந்தோனிஷிய போன்ற நாடுகளிலும் விடுதலையில் கம்யூனிஸ்ட்கள் பெரும் பங்காற்றியிருக் கிறார்கள். இவையெல்லாம் இன்று கம்யூனிஸ்ட் நாடுகளா? இரண்டாம் உலகப் போரின் போது கம்யூனிஸ்ட்கள் தலைமறைவு எதிர்ப்பு இயக்கத்தை கம்யூனிஸ்ட்கள் தீர்க்கமாகவும் தீவிரமாகவும் ஆதரிக்கவில்லையா? என கேட்க விரும்புகிறேன்.

காங்கிரஸ் கட்சி பல்வேறு லட்சியங்கள் உடைய, ஆனால் ஆப்பிரிக்க விடு தலையை ஏற்றுக்கொள்கிற நபர்களின் பரந்துபட்ட அமைப்பாகும்.

கம்யூனிஸ்ட்கள் எங்களின் நண்பர்கள்:

தென்னாப்பிரிக்காவில் வசிக்கிற வெள்ளையர்களுக்கு வேண்டுமானால் கம்யூனிசத்தை ஏற்றுக் கொள்வதில் சிரமம் இருக்கலாம். கறுப்பின அரசியல்வாதிகள் கம்யூனிஸ்ட்களை தங்களின் நண்பர்கள் என்று ஏற்றுக்கொள்வது ஏன் என்பது கூட அவர்களுக்கு புரியாமல் இருக்கலாம். ஆனால் எங்களைப் பொறுத்தவரை-அடக்குமுறைக்கு எதிராகப் போராடிக் கொண்டிருக்கும் எங்களுக்கு தத்துவார்த்த விவாதம் என்பது ஓர் ஆடம்பரமே. நாங்கள் அதில் ஈடுபடமுடியாது. ஆப்பிரிக்க அரசியல் கட்சிகளில் கம்யூனிஸ்ட்கள் மட்டுமே எங்களை மனிதர்களாக மதித்தவர்கள். எங்களை சமமாக நடத்தியவர்கள். அவர்கள் எங்களுடன் வாழ்ந்தனர்; சாப்பிட்டனர்; கலந்து பேசினர்; பழகினர்; இணைந்து பணியாற்றினர். எங்களின் அரசியல் உரிமைகளுக்காகவும் ஆப்பிரிக்க சமூகத்தில் அந்தஸ்து பெறவும் உதவியது கம்யூனிஸ்ட் கட்சி தான்.

உள் நாட்டு அரசியல் மாத்திரம் கம்யூனிஸ்ட்களை எங்களுக்கு நெருக்கமான நண்பர்களாக மாற்றவில்லை. உலகின் கம்யூனிஸ்ட் நாடுகள் அனைத்துமே எங்களுக்கு உதவிக் கரம் நீட்டியுள்ளன. ஐ. நா. சபையிலும் வேறு பல உலக

அரங்குகளிலும் மேற்கத்திய அரசாங்கங்களைக் காட்டிலும் கம்யூனிஸ்ட் நாடுகள் காலனியாதிக்கத்தை எதிர்க்கும் எங்களின் போராட்டத்தை ஆதரிப்பதுடன் எங்களின் அவலக் குரலுக்கு நெஞ்சார்ந்த அனுதாபத்தையும் உறுதியான ஆதரவையும் அளித்து வருபவை கம்யூனிஸ்ட் நாடுகளே. உலகமே நிறவெறியை கண்டிக்கிற போதிலும் கம்யூனிஸ்ட் நாடுகள் மேலும் உரத்த கண்டனக் குரல்களை எழுப்புகின்றன.

வர்க்கமற்ற சமுதாயம் :

வர்க்கமற்ற சமுதாயம் என்ற கருத்து. எனக்கு மிகவும் உவப்பாயிருக்கிறது. என்னைக் கவர்ந்து விட்டிருக்கிறது. நான் மார்க்சீயம் படிக்கத் தொடங்கி உள்ளேன். ஆப்பிரிக்க சமுதாயத்தின் தொடக்க கால சமூக அமைப்பு வர்க்கமற்ற ஒன்றாயிருந்தது கண்டு நான் போற்றுகிறேன். உற்பத்தி சாதனமான நிலம் இத்தேசத்தின் பழங்க களுக்கு சொந்தமாக இருந்திருக்கிறது. ஏழையென்றும் பணக்காரன் என்றும் பிரிவுகள் அதில் இல்லை. எனவே சுரண்டல் என்பதும் இல்லை.

போராட்டத்திற்கான நிதி:

எங்களின் உள்நாட்டு ஆதரவாளர்களே எமது போராட்டத்திற்கு வேண்டிய நிதியினை வாரி வழங்கியிருக் கிறார்கள். எங்கள் மக்களே எங்களுக்கு நிதி தந்தார்கள்.

1961ல் ‘உம்காண்டோ’ இயக்கம் தோற்றுவிக்கப்பட்ட போது போராட்டம் புதிய சகாப்தத்தைத் தொடங்கியது. நிதிப் பற்றாக்குறை இயக்கத்திற்கு பலஹீனமாகிவிடும் என்பதை நாங்கள் உணர்ந்திருந்தோம். எங்களின் நடவடிக்கைகள் அதிகரித்தன. நிதிப் பற்றாக் குறையும் ஓர் அம்சமாயிற்று. 1962 ஜனவரியில் பிற ஆப்பிரிக்க நாடு களிடம் நிதி பெற நான் வெளி நாடு சென்றேன்.

நரன் திரும்பி வந்ததும் ஓர் ஆலோசனையை முன் வைத்தேன் சோசலிச நாடுகளுக்கு நிதி கோரி தூதுக்குழுக்களை அனுப்பி வைக்க வேண்டும் என்பதே என் ஆலோசனை.

அவ்வாறே சில நாடுகளுக்கு தூதுக்குழுக்கள் சென்றன. நானும் சென்றேன். அந்நாடுகளின் பெயர்களை நான் குறிப்பிட விரும்பவில்லை.

அரசு தரப்பு சாட்சிகள் 'உம்காண்டோ' இயக்கம் கம்யூனிஸ்ட்களின் தூண்டுதலின் பேரில் தோற்றுவிக்கப் பட்டது என்றனர்.ஆப்பிரிக்க விடு தலைக்காக போரிடுவதாக ராணுவ அமைப்பை உருவாக்கி கம்யூனிஸ்ட் அரசை நிறுவ பயன்படுத்துவதே அதன் நோக்கம் என்றனர். இவற்றில் துளி கூட உண்மையில்லை. எங்களின் போராட்டத்திற்கு கம்யூனிஸ்ட் களும் பிறரும் ஆதரவு தெரிவித்தனர். நிறைய கம்யூனிஸ்ட்கள் எங்களுடன் சேர வேண்டும் என்பதே எங்களின் விருப்பம்.

வளமிக்க தேசம் ஆப்பிரிக்கா !

ஆப்பிரிக்க நாடுகளிலேயே பணக்கார நாடு தென்னாப்பிரிக்கா தான். உலகிலேயே பணக்கார நாடாகக் கூட மாறிவிடும். ஆனால் இங்கு சில முரண்பாடுகள் உண்டு. உலகிலேயே செழிப்பான அபரிமிதமான சொகுசு வாழ்க்கையை இங்குள்ள வெள்ளையர்கள் அனுபவிக்கிறார்கள். அதே நேரத்தில் ஆப்பிரிக்கர்கள் - இந்த மண்ணின் மைந்தர்கள் வறுமையிலும் துயரத்திலும் உழல்கிறார்கள். நாற்பது சதவீத ஆப்பிரிக்கர்கள் நம்பிக்கையிழந்து போய் நெருக்கமான குடிசைப் பகுதிகளில் வாழ்கிறார்கள். இவர்களின் வசிப்படங்களில் மண் அரிப்பும் மோசமான நிலங்களும் சகஜமான விஷயங்கள். முப்பது சதவீதத்தினர் கூலிகள். அவர்கள் இடைக்கால கட்டத்தைச் சேர்ந்த அடிமைகள். வாழ்விலிருந்து இம்மிகூட பிசகாத வாழ்க்கையை நடத்துகிறார்கள். நகர்ப்புறங்களில் வாழ்கிற எஞ்சிய முப்பது சதவீத ஆப்பிரிக்கர்கள் தங்ககளின் கிராமப்புற சகோதரர்களைக் காட்டிலும் சுமாரான வாழ்வை பெற்றிருந்த போதிலும் அவர்களின் வாழ்க்கைத் தரம் கூட மோசமானது தான். மிக்க குறைந்த வருமானத்திற்குள் அதிகமான செலவினம் கொண்ட நிலையில் அவதிப்படுகிறார்கள்.

ஆப்பிரிக்கர்கள் ஏழைகளாக இருக்கிறார்கள். வெள்ளையர்கள் பணக்காரர்களாக இருக்கிறார்கள் என்பது கூட

எங்களுக்கு வருத்தம் அல்ல. இந்நிலைமையினை மாற்ற வெள்ளையர்களின் சட்டங்கள் எதிராக இருக்கின்றன என்பதே எங்களின் குற்றச்சாட்டு, ஆதங்கம்.

ஆப்பிரிக்கர்களின் நிலையை உயர்த்த. அவர்கள் வறுமையிலிருந்து விடு தலைபெற இருவழிகள் தான் உள்ளன. ஒன்று ஆப்பிரிக்கர்கள் கல்வி அறிவைப் பெறுவது. மற்றது அதிக தொழில் திறன் பெற்று அதன் மூலம் அதிக கூலி பெறுவது. ஆனால் இவை இரண்டுமே எங்களுக்கு சட்டங்களின் மூலம் மறுக்கப்பட்டுள்ளன, தடுக்கப்பட்டுள்ளன.

எம் மக்களின் கல்வி வேட்கையை இந்த அரசாங்கம் குலைத்துள்ளது. இந்த அரசு எங்கள் குழந்தைகள் கற்கும் பள்ளிக்கு மான்யத்தை நிறுத்தி விட்டது. இதனால் அவர்களுக்கு தரப்பட்டுக் கொண்டிருந்த உணவு நிறுத்தப்பட்டு உள்ளது. எவ்வளவு கொடூர நெஞ்சம் இந்த அரசுக்கு!

வெள்ளை நிற குழந்தைகளுக்கு கட்டாயக் கல்வி, இலவசக் கல்வி, அவர்கள் ஏழைகளா பணக்காரர்களா என்பதெல்லாம் பார்க்கப்படுவதில்லை.

பிரதமர் என்ன சொல்லியிருக்கிறார். "சுதேசிக் கல்வியைப் பொறுத்தவரை ஒரு மாற்றம் செய்ய உள்ளோம். ஐரோப்பியர்களும் உள் நாட்டு மக்களும் சமமல்ல என்று போதிப்போம். சமத்துவ மனப்பான்மை கொண்டவர் எவரும் ஆசிரியராக இருக்க முடியாது. உயர்கல்வி எல்லாம் அவர்களுக்கு அளிக்க முடியாது."

சிறப்பான வேலைகள் அனைத்துமே வெள்ளையருக்கு மட்டுமே ஒதுக்கீடு செய்யப்பட்டுள்ளன. திறன் சார்ந்த தொழில் செய்யும் ஆப்பிரிக்கர்களுக்கு சங்கம் அமைக்கும் உரிமை ஏதும் இல்லை. வேலை நிறுத்தம் சட்ட விரோதம் என்கிறார்கள். ஒரே மாதிரியான வேலைசெய்யும் ஆப்பிரிக்கர்களுக்கு குறைந்த சம்பளம் - வெள்ளை தொழிலாளர்களுக்கு மிக அதிக வித்தியாசம் கொண்ட உயர்ந்த சம்பளம்

போலீசார் ஆப்பிரிக்கர் அனைவரையும் கண்காணிக்கின்றனர். தன் வாழ்நாளில் ஒரு முறையேனும் போலீசாரின்

லத்திக் கம்பால் அடி வாங்காத கறுப்பர் எவரும் இருக்க மாட்டார்கள் என்றே நினைக்கிறேன். ஆயிரக் கணக்கானோர் ஆண்டு தோறும் கைது செய்யப்படுகிறார்கள்.

வேலை இடங்களில் கணவனும் மனைவியும் வெகு தூரங்களுக்குப் பிரிக்கப்படுகின்றனர். நகர்ப்புற வாழ்வில் கத்திக்குத்தும், குண்டர்தாக்குதலும், கதவை உடைத்தலும், கொள்ளையும் அதிகரித்த வண்ணம் உள்ளது. இவைகளுக்கு மரண தண்டனை என்று அச்சுறுத்தியும் குறைந்தபாடில்லை.

எங்களுக்கு வாழ்க்கைக்கேற்ற கூலி வேண்டும். விரும்பிய பணி செய்யும் உரிமை வேண்டும். விருப்பமான இடங்களில் நாங்கள் வசிக்க வேண்டும். தனியான ஒதுக்குப் புறங்களில் மட்டுமே நாங்கள் வாழ வேண்டும் என கட்டாயப்படுத்தக் கூடாது. எல்லோருடனும் கலந்து வாழ உரிமை வேண்டும். பணியாற்றும் இடங்களிலேயே குடும்பங்களை அமர்த்திக் கொள்ளும் வாய்ப்பு வேண்டும். இப்படி நான் சொல்லிக் கொண்டே போகலாம். அந்த அளவிற்கு நாங்கள் கட்டுப் படுத்தப்பட்டு உள்ளோம்.

சுருங்க சொல்வதென்றால்

சம அரசியல் உரிமை வேண்டும். பெரும்பான்மையினரான எங்களுக்கு வாக்குரிமை அளிக்காமல் என்ன ஜன நாயகம் இது! வெள்ளையர் பாணி ஜன நாயகம்! கேவலம் அல்லவா இது!

தீர்ப்பு:

1964 ஜூன் 11 அன்று தீர்ப்பு வழங்கப்பட்டது. மாண்டெலாவுக்கு 'ஆயுள் தண்டனை' மாண்டெலாவுடன் சேர்த்து தண்டிக்கப்பட்டவர்களில் 6 பேர் ஆப்பிரிக்கர்கள், ஒருவர் இந்தியர், ஒருவர் வெள்ளைக்காரர்.

மாண்டெலாவும் பிறரும் அச்சமின்றி இமயமென உறுதியாக நின்றனர். சிரித்த முகத்துடன் கையைத்தட்டி நீதிமன்றத்தை விட்டு வெளியேறினர். கூடியிருந்த மக்கள் விடுதலை பாடல்களை பாடினர்.

அவர்களின் பேனர்களில் ஒன்றில் இவ்வாறு எழுதப் பட்டிருந்தது.

"நாங்கள் உயிர் வாழும் வரை நீங்கள் தண்டனை அனுபவிப்பதை அனுமதியோம்"

ராபன் தீவு சிறையில் :

1964 ஜூனிலிருந்து மாண்டெலா ராபன் தீவு சிறையில் அடைக்கப்பட்டார். 1982 ஏப்ரலில் கேப் டவுனுக்கு அருகிலுள்ள பால்ஸ்மூர் வெஞ்சிறைக்கு அனுப்பப்பட்டார்.

ராபன் தீவு சிறையில் மாண்டெலாவுடன் இருந்த கைதியான மைக்கில் டிங்காக் 1981ல் எழுதினார்.

"அரசியல் விவாதங்கள் அனுமதிக்கப்பட்டிருக்க வில்லை. இருந்த போதிலும் விவாதங்கள் நடைபெற்றன. காங்கிரஸ் கட்சி வரலாறு, தேசீயம், மார்க்சியம் மற்றும் தேசீய சர்வதேசிய நிகழ்வுகள் விவாதிக்கப்பட்டன. தோழர் மாண்டெலா உற்சாகமாகப் பங்கேற்றார். வெட்டிப் பேச்சுக்கு அங்கு இடமில்லை. ஒவ்வொரு நாளும் திட்டமிட்ட நிகழ்ச்சிகளை அவர் வைத்திருந்தார், தனி நபர்களை சந்திப்பது, பிற அமைப்புகளைச் சேர்ந்தவர்களுடன் பேச்சு வார்த்தை நடத்துவது, கைதிகளின் உரிமைக்கான போராட்டங்கள் பற்றி திட்டமிடுவது இப்படிப் பல.

அரசியல் கைதி அல்லாத கிரிமினல் ரக்டன் என்பவன் மாண்டெலாவும் அரசியல் கைதிகளும் இருந்த பகுதிக்கு வேண்டுமென்றே அனுப்பி வைக்கப்பட்டான். அவன் எல்லோரையும் அச்சுறுத்தவும் பயங்கரத்தை கட்டவிழ்த்து விடவும் ஆரம்பித்தான். அவனை துரத்தியடிப்பதற்கு சிறையை பார்வையிட வந்த நீதிபதிகளிடம் வாதம் செய்து அவனை அங்கிருந்து வெளியேற்றினார். சிறை அதிகாரிகளுடன் நீடித்த போரை நடத்தினார். அடக்கு முறைகளைக் கண்டு ஒருபோதும் அஞ்சினாரில்லை."

❖❖❖